Historia ya Jamii ya Zanzibar

Na

Nyimbo za Siti Binti Saad

Laura Fair

Kimechapishwa na:
Twaweza Communications
Jumba la Twaweza, Barabara ya Parklands
Mpesi Lane
S.L.P. 66872 - 00800
Nairobi, Kenya
Simu: +(254) 020 269 4409
Barua pepe: info@twawezacommunications.org
Wavuti: www.twawezacommunications.org

Kimetafsiriwa na Kimani Njogu

© Haki ya kunakili ni ya Twaweza Communications na Laura Fair

Chapa ya kwanza 2013

Haki zote zimehifadhiwa. Hairuhusiwi kuiga, kunakili, kupiga chapa, kutafsiri bila idhini ya Twaweza Communications na Laura Fair

ISBN: 978 9966 028 39 6

Kimeruwazwa na Catherine Bosire
Jalada limesanifiwa na Centrepress Media Ltd.

Kimechapwa na:
Franciscan Kolbe Press, S.L.P. 468 - 00217 Limuru, Kenya
Barua pepe: press@ofmconvkenya.org

YALIYOMO

Shukrani --- v

SURA YA KWANZA: Utangulizi -- 1

SURA YA PILI: Utumwa, Ukomeshaji wa Utumwa na Mtumwa binti Saad: Kielelezo cha mafanikio katika kipindi cha mabadiliko ya kijamii ----------- 7

SURA YA TATU: Taarabu na ubuni wa Uzanzibari ---------------------------- 18

SURA YA NNE: Wanapotoka Siti na Waimbaji wa Bendi na Nafasi ya Dini katika ukuaji wao kuwa maarufu ----------------------------- 22

SURA YA TANO: Muktadha wa ubunifu wa Nyimbo za Siti ------------------ 29

SURA YA SITA: Uendeleaji na Mabadiliko katika Makundi ya Mamlaka ya Ukoloni --- 32

SURA YA SABA: Suala la Jinsia na Mahakama za Ukoloni --------------------- 41

SURA YA NANE: Mapenzi, Jinsia Kaka na Ukomeshaji wa Utumwa --------- 55

SURA YA TISA: Hitimisho -- 67

Viambatisho --- 76

SHUKRANI

Kitabu hichi kimechukua muda mrefu kupevuka na bila msaada na ukarimu wa watu kadha kisingetoka hadi leo. Kwanza, nataka kuwashukuru wote walionikaribisha Unguja nilipoanza utafiti huo 1990 hadi 1992 na walioshirikiana kunisimulia kwa hekima mawazo yao kuhusu historia ya Zanzibar. Niliwahoji zaidi ya watu mia kwa ajili ya kitabu changu cha kwanza na ujuzi wao ulinisaidia kutunga kitabu hicho pia. Japo siwezi kuwataja kila mmoja nawashukuru kwa sababu kitabu hicho kisingeweza kuandikwa bila msaada na mawazo yao. Hata hivyo, mimi mwenyewe ndimi ninayechukua jukumu kwa makosa yote yaliyomo.

Pia nina deni la kudumu kwa wasomi na wanahistoria wa Zanzibar waliokusanya nyaraka rasmi na za kibinafsi. Walituachia sote kumbukumbu muhimu sana za zamani. Miongoni mwao ni Profesa Abdul Sheriff, Hamad Omar, Khamis Saloum, Mwana Khamis Said, Marehemu Mwalim Idd Farhan, Mzee Bingwa (Ghassany), Nasra Mohammed na Fatma Alloo. Michango yao kwa elimu na utamaduni visiwani haiwezi kamwe kupimika na ni sadaka itakayozaa milele.

Kwa upande mwingine nataka kutoa shukrani kwa marafiki na jamaa walionisaidia na waliotupokea mimi na wanangu kwa ukarimu miaka nenda miaka rudi; hasa Aunti Ajba na Bobby na watoto wao, Bi Saumu Khamis, Bi Ramuna na Mzee Mohammed, Ann Hamilton na Eddi Khamis, Amina na Hamedi, Akhmedi, Zuhura na Ali, Kaka Saloum, Da Fatuma, Aisha, Dajuli, Emerson, Saloum Msuo na Kiboxi. Tunawashukuru milele.

Pia kuna deni kubwa kwa wapenzi wenzangu wa taarab, hasa wanachama wote wa Sahib el-Arry walionikaribisha katika kikundi chao na walionionyesha raha na kazi za kuwa msanii. Werner Graebner, Janet Topp Fargion, Kelly Askew, Hilde Kiel, Mwalim Idd Farhan, wafanyakazi wa duka la Al-Afrek, Bi Kidude, Mohammed Illias, Mariam Hamdhani na Nasra Mohammed pia wamefanya kazi kwa miaka mingi kukusanya na kuhifadhi nyimbo za taarab na muziki wa aina nyingi katika ukanda wa Afrika Mashariki. Bila kazi zao tusingeweza kusikia nyimbo hizo hadi leo.

Namshukuru Caleb Owen, mtafiti mwingine wa taarab, aliyefanya kazi ya kupiga taipu mashairi yote yaliyomo humu.

Bila msaada wa pesa kutoka Michigan State University, idara ya History na Humanities Arts and Research Program Production Grant nisingeweza kulipia kuchapisha kitabu hiki wala kuchukua muda kukiandika.

Namshukuru pia rafiki yangu wa miaka mingi, Kimani Njogu, aliyefanya kazi ya kutafsiri maandishi haya na wafanyakazi wote wa Twaweza Communications walioshiriki na kuchapisha kitabu.

Asanteni. Mungu awabiriki nyote.

SURA YA KWANZA

Utangulizi

Mnamo mwezi wa Machi, 1928 Siti binti Saad na bendi yake ya taarabu, ikiwahusisha Mwalim Shaaban Umbaye, Mbaruku Effandi Talsam, Subeti bin Ambari na Budda bin Swedi walisafiri kutoka Zanzibar hadi Bombay India, ambako bendi hiyo ilirekodi nyimbo za mwanzo kabisa kuwahi kutolewa kwa santuri katika Kiswahili. Zikiwa zimebanwa kwenye santuri 28 kwenye pande mbili mbili, rekodi hizi zilikuwa zimeenziwa mno katika pwani ya Uswahilini zikiuzwa zaidi ya nakala 23,000 kwa miezi 12. Mwaka mmoja baadaye bendi ilirekodi nyimbo nyingine 98, ambapo iliuza rekodi zaidi ya 40,000 kwa haraka. Kabla ya hapo, rekodi za pekee zilizopatikana Afrika Mashariki zilikuwa nyimbo zilizorekodiwa katika Kiingereza, Kihindi na Kiarabu. Kurekodi katika Kiswahili kulilisambaza jina la Siti na umaarufu wa taarabu katika Afrika Mashariki nzima, Bara Hindi na Uarabuni. Utashi wa rekodi za santuri katika Kiswahili ulikuwa mkubwa zaidi hivi kwamba Colombia, Odeon na Pathe nazo pia zilianza kutoa rekodi za Kiswahili mwaka wa 1930, na HMV na Colombia zilifungua studio za Kurekodia kule Mombasa na Zanzibar.[1] Ni machache yanayojulikana kuhusu utendakazi wa kampuni hizi katika Afrika Mashariki, lakini rekodi hizo zilizalia kuwa pendo kubwa kwa vizazi. Katika miaka ya tisini palikuwa na uwezekano wa kuingia katika duka lolote linalouza kaseti kule Zanzibar na kupata mikusanyiko kadhaa ya rekodi za santuri za Siti iliyotolewa upya kwa njia ya kanda.

Siti amesifiwa sana kwa mara zisizohesabika, na kitabu hiki bila shaka sicho cha kwanza kutoa heshima kwa urithi wake. Kwa hakika, hakuna mtu mwingine katika historia ya Zanzibar ambaye amebainika kwa uwazi kama Siti katika fasihi andishi. Mshairi na mwandishi maarufu Shaaban Robert alikuwa wa kwanza kuchapisha kitabu cha kumbukumbu ya maisha ya Siti pamoja na mafanikio yake ya kiusanii. Kitabu cha Shaaban Robert, *Wasifu wa Siti binti Saad*, kilichochapishwa 1958, kilibaki maarufu kwa miaka mingi hivi kwamba kilichapishwa tena mwaka 1991 na *Mkuki na Nyota* Publishers. Kwa kweli, hamu ya Siti, maisha yake, muziki wake, na urithi wake kama msanii viliendelea kunawiri kwa muda mrefu baada ya kifo chake mwaka 1950. Takriban kila mtu ambaye ameandika kuhusu taarabu kule Zanzibar kuanzia kwa A.A. Suleiman hadi Muhammed Seif Khatib, Issa Mgana, Janet Topp Fargion, na wengine wengi amemweka katika nafasi maalum kwenye historia ya taarab. Hivi majuzi Nasra Mohamed Hilal amechapisha wasifu wa pili wa Siti: *Mfinyanzi Aingia Kasri Siti: Binti Saad Malkia wa Taarab*. Wanaotaka kujua zaidi kuhusu maisha yake wasome Shaaban Robert na Nasra Mohamed. Kitabu hiki hakidai kuleta nyongeza zozote za kimapinduzi kwenye ufahamu wetu kumhusu Siti kama mtu binafsi bali ni kuyaweka maisha na muziki wake katika muktadha mpana wa kihistoria ambao utatusaidia kuangazia kwa nini Siti alipata kuwa johari muhimu katika historia ya visiwani. Bila kuelewa kipindi ambacho aliishi ni vigumu kuthamini ni kwa nini alikuwa maarufu na kwa nini amesalia kuwa maarufu kwa miaka ya baadaye.

Tungo nyingi za nyimbo hizi pia zilihifadhiwa na vizazi vingi na waimbaji wa taarabu na wanavyuoni katika visiwa, wakiwemo Mwaalim Idi Abdulla Farhan, Mwajuma Ali na wanawake wa Sahib el Arry, Nasra Mohamed Hilal na Bibi Kidude, tukiwataja wachache tu. Mashabiki wa taarabu na wanavyuoni wa Kiswahili wamefaidika pia pakubwa kutokana na tungo nyingi za nyimbo za bendi hiyo zilizochapishwa katika kitabu cha *Waimbaji wa Juzi* na Whiteley na Jahadhmy, mwaka 1966, ambacho kililenga sana matoleo ya bendi ya mwaka 1928. *Waimbaji wa Juzi* pia ni kitabu cha thamani kubwa kwa sababu zaidi ya tungo, kinatoa muhtasari unaoandamana na nyimbo zinazofafanua hadithi ambazo kwazo nyimbo zilitungiwa.

Mjadala wangu wa kihistoria kuhusu utendakazi wa bendi hiyo unajikita sana kwa *Waimbaji wa Juzi*, na pia katika historia za maisha ya watu na historia simulizi za watu walioishi katika kipindi hiki ambao nilizungumza nao nikifanya utafiti huko Zanzibar kwanzia mwaka 1990 hadi 1992 na tena katika mwaka 1995. Katika kipindi hiki, niliwahoji zaidi ya wazee 100 kuhusu historia ya wakati huo. Anyetaka kusoma zaidi atafute kitabu kinachoitwa *Pastimes and Politics: Culture, Community and Identity in Post-abolition Urban Zanzibar, 1890-1945* (kilichochapishwa 2001) ambacho kinapatika maktabani. Nilipofanya utafiti nilifanya kazi sana katika nyaraka za kitaifa ya Zanzibar National Archives, na ninashukuru daima kwa wale waliochukua muda wao kukusanya, kuhifadhi, kuandaa na kuingiza katika katalogi mkusanyiko huu na kuufanya uwepo kwa matumizi ya wanavyuoni na wanafunzi pia, hususan Profesa Abdul Sheiff na Hamad Omar, Mkurugenzi wa Nyaraka za Taifa, wakiwemo pia wanachama wa wafanyakazi wa nyaraka.

Nyimbo zilizopo mwishoni mwa kitabu hiki hazifahamiki sana na wanavyuoni wa kisasa na wasanii wa taarabu. Zimetolewa kutoka kwa katalogi ya matoleo ya HMV ya mwaka 1929 na 1930, ambazo zilihifadhiwa kama sehemu ya mkusanyiko wa *Sound Archive* ya *British Library*. Mwanachuoni na mwanamakavazi Janet Topp Fargion anapaswa kusifiwa kwa kukusanya na kuhifadhi mkusanyiko mkubwa wa vifaa nadra kutoka maeneo ya mbali ya ulimwengu huku akifanya kazi kama afisa mkuu wa jumba la sanaa la Mkusanyiko wa Muziki wa Kimataifa (International Music Collection) katika *British Library*. Matoleo yaliyorekodiwa ya nyimbo hizi za 1929 na 1930 ni muhali kupatikana katika mikusanyiko iliyorekodiwa na kuhifadhiwa Zanzibar. Kwa sababu zisizojulikana hadi sasa, hazijulikani sawa na ilivyokuwa kwa matoleo ya 1928. Kwa kuweka ziada ya nyimbo hizi, kitabu hiki kinapanua rekodi ya kihistoria ya kazi ya bendi hiyo kwa wasanii na wanavyuoni kufurahia.

Fauka ya umuhimu wa Siti kama mshairi na mwanamuziki, Siti pia amevipa vizazi vya wanawake msukumo katika Afrika Mashariki nzima. Muungano wa vyombo vya habari vya wanawake Tanzania (TAMWA) ulipoanza kuchapisha jarida la kwanza la utetezi wa haki na usawa wa wanawake nchini humo, mwaka wa 1988, ulilipa jina chapisho hilo *Sauti ya Siti*, katika ukumbusho wa kazi ya Siti kama mwanahabari katika utanzu simulizi. Kama zilivyo nyimbo za Siti, jarida hilo liliadhimisha michango ya utamaduni na wanawake, lilidhihirisha uwezo wao wa kiusomi na mafanikio yao, na kushinikiza kuwepo kwa mjadala na suluhisho la ukosefu wa usawa wa kijinsia katika jamii na siasa za Tanzania. Wengi wa wanachama waasisi wa TAMWA walipata msukumo kutoka kwa kazi na maisha ya Siti kupitia kwa chapisho la *Sauti ya Siti*, walipania kusambaza elimu ya mchango wa kihistoria wa wanawake ili kuongeza ufahamu wa kisiasa na vita vyao vya muda mrefu vya usawa wa kijinsia. Kama Fatma Alloo, wakati huo akiwa Mwenyekiti wa CHAWHATA, alivyoandika katika toleo la kwanza la *Sauti ya Siti*, 'kina mama tumefunzwa kuteseka kimya kimya na kujirekebisha kulingana na matakwa ya wanaume... [na] wakati mwingi tunayachukulia matatizo ya jumla ya kina mama kama ni matatizo ya kibinafsi...'² Kama kinavyoeleza kitabu hiki, Siti alitia bidii pia kuweka wazi mifumo ya ukandamizaji na unyonyaji ili waliokandamizwa na walionyonywa wangeelewa kuwa hali zao zilikuwa mojawapo wa utaratibu wa unyonyaji, na wala siyo toleo la kushindwa kwa kibinafsi. Fauka ya kuchapisha tungo ambazo hazikuwepo hapo nyuma, kitabu hiki kinapanua ufahamu wetu wa Siti kwa kuyaweka maisha na kazi yake katika muktadha mpana wa kihistoria wa mwisho wa karne ya kumi na tisa na mwanzo wa karne ya ishirini Zanzibar, wakati ambao wamiliki wa mashamba makubwa ya Omani walikuwa na mporomoko wa faida zao za kiuchumi, Sultani na utawala wake alipokonywa nguvu za kisiasa na Uingereza, na maelfu ya watumwa waliokuwepo walipania kuyajenga upya maisha yao ili yawe ya wanawake na wanaume wenye kujitegemea kiuchumi na kijamii. Huu ulikuwa wakati wa mabadiliko makubwa ya kiuchumi na kisiasa na pia mapambano ya kijinsia na utabaka.

Kwa kuyamulika maisha na muziki wa Siti katika muktadha mpana wa kihistoria wa wakati wake, ninatarajia kuchangia katika usomaji mpya wa historia ya Zanzibar na labda kuchochea kizazi kipya cha wanafunzi ili kusomea shahada za juu katika historia. Nimechagua kuongeza maelezo ya kuhitimisha katika kitabu hiki kwa matumaini ya kuwahimiza wanafunzi wa historia ya visiwani kwenda katika nyaraka wenyewe ili kusoma zaidi kuhusu historia ya Zanzibar. Kutaja kwa asili zake katika hali kama hii ni tendo la kawaida kwa wataalamu wa historia, lakini ni nadra kwa machapisho mengi ya Kiswahili. Lengo ni kule kuzitambua kazi za wengine ambao kutoka kwao, mtu huazima, na huweka wazi kwa wasomaji marejeleo yaliyotumiwa. Baadaye wasomaji waweza kutathmini ikiwa ushahidi uliotumiwa unatosha kukimu mahitimisho yaliyoelezwa. Kutoa dondoo za asili ya kazi pia huruhusu wasomaji wengine na wanavyuoni wa baadaye kurejelea ushahidi wenyewe na kuandaa mahitaji yao ya kibinafsi. Ningetaka kuwahimiza pakubwa wasomaji kuenda katika nyaraka za kitaifa za Zanzibar, ambapo vitabu na makala mengi yaliyotumiwa yanapatikana, na ambapo faili zote mbalimbali kutoka kwa tawala za kikoloni, rekodi za mahakama, na faili za wakfu zilizotajwa hapa zimehifadhiwa.

Japo ni kawaida kwa wasoma historia kutegemea nyaraka za taifa, ni muhimu watambue kwamba kikawaida nyaraka zote ulimwenguni zimehifadhi maoni, maandishi na mijadala ya wanaotawala. Si rahisi kugundua fikra, madhumuni au vitendo vya maskini, wasiosoma au wanaotawaliwa. Kitabu hiki kinaonyesha kwamba nyimbo na mambo mengine ya sanaa yanaweza kuwa nyaraka nyingine. Huenda wengi wa wale walioishi Ng'ambo mwanzo wa karne iliyopita walitengwa kushiriki kirasmi katika taasisi za kisiasa za ukoloni za Zanzibar, lakini walishiriki pakubwa katika kuunda mijadala iliyoanzisha mfumo wa uraia wa jamii. Kushiriki katika muziki wa kusisimua wa kitamaduni wa Ng'ambo kulikuwa ni moja katika njia nyingi walizotumia kufanya hivyo. Nyimbo zilizoadabisha na kuwakejeli watu waovu zilitumika kusuta na kudhihirisha wazi ukosefu wa heshima wa watu waliokuwa na tabia hiyo. Mara nyingi nyimbo za Siti binti Saad zilifanya muhtasari wa maoni ya wengi huku zikichochea mjadala wa kanuni za utawala, kidini, kijamii na kitamaduni kwa umma, kanuni ambazo zilichangia kubuniwa kwa jumuiya.[3] Uimbaji na umbeya kuhusu mema na mabaya ya wengine kulisaidia kufafanua kunga na kuthibitisha amali miongoni mwa wale waliosimulia na wale waliosikiliza. Vile vile nyimbo hizo na simulizi zao zimetuachia wasoma historia nyaraka muhimu na za tunu.

Hapa ningependa pia kuvuta makini kwa kutoa tofauti baina ya historia kama ilivyohifadhiwa katika simulizi za kimapokeo na kumbukumbu za mtu binafsi na rekodi zilizohifadhiwa kimaandishi; japo ushahidi-simulizi pia una mambo muhimu ya kutajia. Kwa mfano, takriban kila mmoja nchini Zanzibar amewahi kusikia kuhusu Siti binti Saad lakini watu wachache, isipokuwa wanavyuoni wa taarabu, wangetaja majina ya wanachama wa bendi yake. Mikusanyiko ya kurekodi iliyohifadhiwa visiwani pia inaelekea kulenga matoleo yake. Kwa kanda hizi, nyimbo zilizocharazwa na Siti aghalabu huwa baina ya asilimia 80 na 90 ya nyimbo zilizowekwa, huku pakiwa na chache zilizoimbwa na wanachama wengineo wa bendi. Vitumizi vilivyochapishwa kwa njia ya maandishi, hata hivyo, vinadhihirisha kuwa Siti alirekodi asilimia ndogo tu ya nyimbo za bendi hiyo. Katika jumla ya nyimbo hizo 102 zilizochapishwa katika *Waimbaji wa Juzi*, Siti alirekodi 12 tu. Katika jumla ya nyimbo 107 zilizotolewa na HMV mwaka 1928, 1929 na 1930 Shaaban ndiye mwimbaji kwa asilimia 53% ya santuri hizo, naye Siti akawa mwimbaji kwa asilimia 25% tu. Asilimia 11% ya hizi rekodi za HMV zinamwonyesha Buda kama mwimbaji ambaye pia aliimba takriban asilimia 10% ya nyimbo zilizojumuishwa katika *Waimbaji*. Mbaruk na Subeti walikuwa waimbaji kwa asilimia 4% ya matoleo ya HMV, kila mmoja, lakini Mbaruk ndiye kiongozi wa *Waimbaji* kwa karibu asilimia 25% ya nyimbo zilizokusanywa na kuhifadhiwa na Jahadhmy.

Je, kama Siti alirekodia asilimia ndogo ya santuri, mbona anakumbukwa sana na nyimbo zake kuhifadhiwa sana katika kanda na CD? Ni kawaida kushangaa kwa nini kuna muachano baina ya vifaa vilivyohifadhiwa kimaandishi na kwa njia ya usimulizi. Vifaa vilivyochapishwa na kuandikwa aghalabu hupelekea kuangazia kazi za watu matajiri. Mpaka hivi sasa nyaraka za HMV hazipatikani, na hatujui jinsi walivyoamua ni nani ataimba nyimbo fulani waliporekodi. Labda watu visiwani waliipenda sauti ya Siti lakini Waingereza waliomiliki HMV walizipendelea sauti za wenzake wa kiume zaidi? Bila shaka kulikuwa na wasaani wengi wakati huo waliokuwa maarufu pia, mbona hao hawakumbukwi kama Siti? Kwa hivyo katika mahojiano na wazee wa Zanzibar, ilikuwa wazi kuwa Siti alikuwa 'nyota' ya bendi. Ni katika kuelewa kipindi ambacho Siti aliishi, ndipo tutaanza kuthamini upya kutajwa kwake kwingi. Sauti yake ya uimbaji ilipendwa, lakini umuhimu zaidi ni jinsi maisha yake yalivyolingana kwa wazi na hadhira za Waswahili wa wakati huo. Kama wengi, baada ya ukomeshaji wa utumwa Siti aliinukia kutoka kwa umaskini wa mashambani na akawa nyota ya kimataifa na mwanamke wa kwanza kuweka sauti yake katika santuri. Mfano wake ulikuwa msukumo kwa wengi wa kizazi chake.

SURA YA PILI

Utumwa, Ukomeshaji wa Utumwa na Mtumwa binti Saad: Kielelezo cha mafanikio katika kipindi cha mabadiliko ya kijamii

Jina la asili alilopewa Siti binti Saad lilikuwa Mtumwa binti Saad; ni baadaye tu, baada ya kuwa mwimbaji mwenye ujuzi ndipo akaja kujulikana kwa cheo 'Siti'. Mtumwa alizaliwa katika miaka ya 1880 katika kijiji cha Fumba.[4] Kinyume na wengi wa washairi maarufu wa lugha ya Kiswahili, waliotokana na ukoo wa mwanachuoni msomi wa Kiislamu au aila za mjini zilizoratibiwa miongoni mwa zile za juu kiuchumi na zenye hadhi kijamii katika pwani, Mtumwa alizaliwa katika aila maskini, ya wakulima wa mashambani.[5] Si yeye tu, bali pia wenzake wa rika lake hawakupata fursa ya kwenda shuleni wala kujifunza jinsi ya kuandika na kusoma. Elimu rasmi wakati huu ilikuwa inapatikana *chuoni tu*, au masomo ya juu yalitolewa na mwalimu wa kibinafsi. Kinyume na leo ambapo watoto wengi huenda chuoni, ni watoto wa matajiri waungwana wakati huo tu waliopata fursa ya kusoma au ya kuwa na elimu. Aghalabu walikuwa pia ni wavulana pekee waliopata elimu rasmi, kama alivyosema Seyyida Salme, binti ya Sultani wa kwanza wa Zanzibar katika kitabu chake cha kumbukumbu kwamba alihitaji kuhepa bila ya wazazi wake kujua ili asome jinsi ya kusoma na kuandika. Kama msichana wa kike aliyezaliwa na wazazi maskini, Mtumwa binti Saad alijifunza Kurani na namna ya kuyatunga mashairi kutokana na uamuzi wake wa kibinafsi, na ilikuwa tu baada ya kuhama kutoka kwa kijiji chake hadi mjini akiwa na zaidi ya miaka ishirini.

Siti binti Saad alizaliwa Zanzibar, lakini mababu wake, kama walivyo watu wengi walioishi Zanzibar katika karne ya kumi na tisa, walikuwa wahamiaji. Taratibu, katika miaka ya 1800, watu asilia wa visiwani walikuja kuwakilisha wale wachache wa kisiwa hicho. Wale wahamiaji tajiri zaidi na wenye nguvu kubwa za kisiasa walitoka Omani, ingawa bila shaka sio Waomani wote walikuwa tajiri. Baada ya Seyyid Said kuhamisha mji mkuu wake hadi Zanzibar katika miaka ya 1830, idadi iliyokuwa ikiongezeka ya Waomani ilikuja kuweka makazi yao Unguja na Pemba. Kufikia miaka ya 1840, wahamiaji wengi Waomani wenye idadi ya 5,000 walijihusisha na ukulima. Wengine walimfanyia kazi Sultani kama wasimamizi wa kisiasa, washauri ama wakusanyi wa ushuru katika maeneo yake ya kimpaka katika visiwa na kandokando mwa ufukwe wa pwani. Wahamiaji kutoka kusini mwa Asia pia kwa idadi kubwa walikuja kuweka makao yao katika karne hiyo.

Mwanzoni, walikuwa ni wanaume pekee waliokuja kwa miradi ya kibiashara ya muda mfupi, lakini kufikia mwisho wa miaka ya 1800, wanaume na wanawake kutoka Asia Kusini walianza kusakini katika visiwa na kufanya Zanzibar kuwa nyumbani kwao.[6] Watu wa kutoka Asia Kusini walipopata makao ya kudumu katika visiwa, waliongezeka kutoka idadi ya chini ya watu 200 katika mwaka wa 1819 hadi 3,000 kufikia miaka ya 1870. Wahamiaji Waswahili kutoka ufukwe wa pwani, Hadhramis kutoka Yemeni ya leo, na wengine kutoka Lamu, Visiwa vya Ngazija na Madagaska pia walihamia Zanzibar kwa wingi. Katika karne ya kumi na tisa Zanzibar ilihudumu kama bandari ya katikati ya biashara ambayo kupitia kwake bidhaa kutoka Afrika Mashariki na Kati zilibadilishwa kwa zile kutoka Bahari za Hindi na Atlantiki. Kulingana na Abdul Sheriff, mwandishi wa *Slaves, Spices and Ivory*, bidhaa kuu zilizotolewa Afrika Mashariki kwa wakati huu zilikuwa watumwa na pembe za ndovu ambazo zilisafirishwa kutoka umbali wa Malawi ya sasa na Jamhuri ya Demokrasia ya Kongo katika misafara mikubwa iliyohusisha mamia ya wanaume, wanawake na watoto. Misafara iliyokuwa ikielekea magharibi na kusini mwa Zanzibar libeba nguo za pamba na bidhaa nyinginezo ambazo walizibadilisha kwa chakula, pembe za ndovu na watumwa. Wahamiaji wengi waliohamia Zanzibar katika karne ya kumi na tisa walifanya hivyo kwa kuwa lilikuwa eneo lililokuwa na fursa nyingi za kibiashara ambapo mabepari wakwasi wa misafara mikubwa na wanabiashara wadogo na walanguzi walikuwa na fursa ya kutengeneza faida nyingi katika biashara hiyo ya kimataifa. Mamia ya wanaume na wanawake wengine waliishi Zanzibar kama wafanyabiashara wa vyakula vya kienyeji na mahitaji ya kinyumbani, ama kupakia na kupakua shehena kwenye mashua na kufungasha na kusongesha bidhaa nyingi zilizosafirishwa kwa meli kupitia bandarini. Hata hivyo, sehemu kubwa zaidi ya idadi ya watu wa mijini na mashambani visiwani ilikuwa ya watumwa.[7] Kabla tu ya karne ya ishirini, kiasi fulani cha robo tatu ya idadi ya watu wa Zanzibar iliyokuwa imekadiriwa, walikuwa ama watumwa au walioachiliwa huru hivi karibuni.[8] Wakiwa wameletwa visiwani wakati ambapo kuhusika kwa Afrika Mashariki katika biashara ya kimataifa ya utumwa kulikuwa kumepamba moto, hawa wanaume, wanawake na watoto walivigeuza visiwa vya Unguja na Pemba vilivyokuwa misitu na vichaka hadi kuwa mashamba makubwa yanayozalisha karafuu kwa wingi ulimwenguni. Wengine walifanya kazi ya kuzalisha chakula ama bidhaa kwa matumizi ya nyumbani. Bila ya msaada wa kikazi kwa idadi kubwa ya watumwa, hakuna mkulima au mfanyabiashara angeweza kumudu kulimbikiza mali nyingi. Huku wengi wa watumwa visiwani wakifanya kazi kwenye mashamba makubwa katika maeneo ya nje ya mji, kulikuwa pia na idadi kubwa ya watumwa waliofanya kazi kwa wamiliki wao, zikiwemo kupika, kudumisha usafi, kuwalea watoto, kuosha nguo, kupokeza ujumbe, kwenda sokoni, kuwatumbuiza wamiliki wao na wageni waliowatembelea, na pia kuhudumu kama walinzi na askari wao. Idadi ndogo ya watumwa wa mijini walikodiwa pia kama vibarua. Kwa sheria za Ulaya, wafanyabiashara kutoka huko na Asia Kusini walikuwa hawaruhusiwi kumiliki watumwa, lakini kuna baadhi yao ambao hata hivyo walifaidika na unyonyaji wa kazi za utumwa, kwa kuwakodi watumwa wa wengine na kuwalipa kiasi kidogo ukilinganisha na malipo ya wafanyakazi huru.

Miongoni mwa sababu ya binti Saad kuinukia kuwa kiungo muhimu kwa kizazi chake ni kwamba historia ya maisha na mafanikio yake ya kibinafsi yalienda sambamba na idadi kubwa ya watumwa wa Zanzibar kwa karibu zaidi ya jinsi muziki wake ulivyofanya. Kama vile sehemu za baadaye za kitabu hiki zinavyodhihirisha, muziki wa bendi nao pia ulitoa sauti kwa shughuli na mapambano mengi ya wale waliojitahidi kujikomboa kutokana na minyororo ya utumwa na kupambana na wakoloni.

Katika karne za kumi na nane na kumi na tisa, uchumi wa ulimwengu ulibadilika kutoka ule ambao utajiri ulipatikana kutokana na kazi za utumwa hadi ule wa matoleo ya kiviwanda na ubeberu na hili lilikuwa na athari nyingi Afrika Mashariki. Baina ya miaka ya 1860 na 1880 biashara ya Ulaya na nguvu za kisiasa polepole zilianza kuchukua nafasi ya wafanyabiashara wa Omani na Waswahili na wamiliki wa mashamba makubwa. Katika mwaka wa 1890, Zanzibar ilipata kuwa nchi lindwa rasmi ya Himaya ya Uingereza (British Empire), kwa maana kuwa Sultani mtawala wa Zanzibar alihifadhi nguvu zake kama kiongozi wa kisiasa wa nchi lindwa bila madaraka, lakini uhalisi ni kuwa, Uingereza iliendelea kudhibiti utawala wa kisiasa wa visiwa na pwani ya Waswahili, ikiwemo hazina. Katika miaka ya 1870 kimbunga kiliangamiza mashamba ya karafuu visiwani huku kikiacha wamiliki wa mashamba mengi bila pesa. Katika mwongo huu Uingereza pia ilianza kumlazimisha Sultan wa Zanzibar na wengineo kuacha kushiriki katika biashara ya kimataifa ya watumwa, hili likiwawia vigumu wamiliki wa mashamba makubwa kuanzisha upya idadi ya watumwa ambao walikuwa muhimu mno katika ufufuzi wa mashamba.

Katika mwaka wa 1897 nchi ya Uingereza ililazimisha kufanywa kuwa sheria, amri ya ukomeshaji, huku ikitangaza uhalali, lakini si kwa sharti, uhuru wa kiuchumi na kijamii wa watumwa katika himaya ya Sultani ya Afrika Mashariki. Karafuu zilibaki kuwa msingi wa uchumi wa mashambani wakati huo, na Waingereza walikuwa na ari ya kuwalinda wafanyakazi watumwa dhidi ya wamiliki wa mashamba. Kwanza matokeo ya sheria ya ukomeshaji yalikaribia kutoonekana. Watumwa hawakupewa uhuru wao papo kwa hapo, lakini walihitajika kutuma maombi kortini, ambako wangepaswa kutoa ushahidi kwamba hawakuwa na si tu mahali pa kuishi, bali pia namna yao ya kuishi. Ni asilimia kumi pekee ya watumwa wa visiwani walioenda mahakamani kudai karatasi zao za uhuru mbele ya hakimu, ilhali wengine wengi walitumia fursa hiyo kuimarisha nafasi zao za kimahusiano na wamiliki. Mwaka mmoja baada ya sheria ya ukomeshaji wa utumwa kuwepo, watawala wa Kiingereza walikuwa tayari wakilalamika, 'Mabwana hawana nguvu sasa na watumwa wanafahamu na wanatenda ipasavyo.'9 Ingawa sheria zinazorejelea uzinduzi wa nchi-lindwa na ukomeshaji wa utumwa zaweza kujulikana kidhahiri ni za lini, kuundwa kwa udhibiti wa kikoloni na ukombozi wa watumwa wa hapo nyuma hayakuwa matukio, bali michakato iliyofanywa kwa undani. Kama vile nyimbo zilizojadiliwa hapa chini zinavyotumika kufafanua, michakato hii iliathiriwa sana, kama si zaidi, na malengo na matendo ya wanyonge kushinda sheria za Uingereza na watawala wa ukoloni.

Kama kinavyodhihirisha kitabu muhimu cha Frederick Cooper, *From Slaves to Squatters*, ushindani wa kuwapata wafanyikazi katika maeneo ya mashambani, hasa kwenye mashamba makubwa, ulikuwa kiini cha ukomeshaji na ukombozi. Bila kujali juhudi za Uingereza za kuwaweka watumwa kwenye mashamba ya wamiliki wao, watumwa wengi walihamia kwenye maeneo ya visiwa ambayo hayakuwa na watu, ambapo walipanda minazi, mikarafuu na miti ya matunda kama mbinu ya kuanzisha udhibiti wao binafsi wa eneo. Kulingana na sharia katika Zanzibar, ardhi isingeweza kumilikiwa na yeyote ila Mungu, ilhali upanzi wa miti na mimea mingineyo iliwapa watu binafsi haki ya kudai miti, na udongo ambao ilikulia, kama milki yao. Kuunda utegemezi wao wa kiuchumi kulikuwa kiungo muhimu cha juhudi za watumwa kudai uhuru wao.

Hata hivyo kufuatia ukomeshaji, jitihada ya kuimarisha utawala wa kibinafsi, hadhi ya kijamii na kupata heshima ya jumuiya, ni mambo yaliyokuwa muhimu kwa watumwa. Kama zinavyodhihirisha nyimbo zilizojadiliwa hapa chini, nguo alizovaa mtu, jinsi alivyoeleza upendo wake wa dini, jinsi alivyoutumia muda wake wa mapumziko, ni nani aliyelala naye, na pia mahali alipolala – mambo haya ya kimsingi ya maisha yalikuwa na nafasi kubwa ya ufafanuzi wa ukombozi. Mitindo mipya ya muziki maarufu, tambiko la kidini, na mitindo iliyoundwa mwanzoni mwa karne ya ishirini haikuwa tu mambo ya zamani yasiyo na maana bali yalikuwa kiini cha mchakato mzima wa kuzalisha aina mpya ya kibinafsi na ya pamoja, na pia hadhi mpya ya mtu binafsi na utambulisho wa pamoja.

Mtumwa binti Saad alihama mshambani alikozaliwa na kuenda mjini mwaka 1910, kutafuta nafasi mpya na pia kuanza maisha mapya. Alikuwa mmoja wa maelfu walioelekea Zanzibar mjini wakati huu. Kati ya 1890 na 1930 kiwango cha Ng'ambo kiliongezeka maradufu, huku makumi ya maelfu ya watumwa wakiacha mashamba ya karafuu na kuelekea mjini. Kufikia 1931, kiasi cha watu elfu arobaini na tano, au thuluthu moja ya idadi ya jumla ya watu wa Unguja, waliishi mjini.[10] Uhamaji mjini ulitokea kote duniani baada ya ukomeshaji wa utumwa lakini idadi ya watu waliohamia mjini Zanzibar ilizidi kawaida.

Miongoni mwa vivutio vya watu kuelekea mjini ilikuwa ni uhusiano wa jadi katika utamaduni wa Waswahili baina ya uungwana na ustarabu. Ilikuwa ndani ya miji mingi ya Uswahilini, juu na chini ya pwani ya Afrika Mashariki ambapo familia za wafanyabiashara tajiri walizidhalilisha shule za masomo ya Kiislamu, washairi, wanamuziki na wale walioishi maisha ya ustarehe mijini yaliyomtofautisha mwungwana na mshenzi, mshamba, asiye mwislamu na mtumwa. Kwa uhalisi, tofauti kati ya mjini na shambani, ustaarabu na ushenzi haikuwa bayana sana, mitagusano iliyosawazisha uungwana na ustaarabu ilikuwa hata hivyo msingi wa itikadi za kiungwana za Uswahili. Fursa za kiuchumi na kijamii zilizokuwepo mjini pia zilipanuka mwanzoni mwa karne ya ishirini, huku maelfu ya wale waliohamia mjini wakianza kununua, badala ya kupanda au kuvitwaa vyakula na samaki wao. Mafundi na vibarua walihitajika pia kujenga makao na wanawake nao pia

11

walipata ajira ya kubeba vifaa vya ujenzi au kupika na kuilisha idadi iliyokuwa inaongezeka ya watu mjini. Wengine walijenga nyumba na kukodisha vyumba kwa wengine ambao hawakuweza kujenga nyumba zao za kibinafsi. Katika kipindi cha miaka arobaini, kati ya 1890 na 1930, maelfu walianza kupata faida, wengine kwa mara yao ya kwanza maishani, kutokana na mali iliyozalishwa na kazi zao ngumu wenyewe. Hivyo basi Siti alikuwa kama wengi katika kizazi chake: mtu aliyehamia mjini ili aweze kujitegemea kibinafsi na kutafuta maisha mapya.

Hata hivyo, nyingi ya simulizi zinazoyazunguka maisha ya Siti na mabadiliko yake zinaashiria kwamba ilikuwa vigumu kupata hadhi na heshima katika jamii ya visiwani kuliko kupata ujira. Tofauti za kitabaka na cheo ziliendelea kutenganisha watu. Uigizaji wa umma wa mashairi ulikuwa nyenzo muhimu kwa Siti kudhihirisha michango yake adhimu ambayo wazawa wa watumwa na maskini wangeitoa kwa utamaduni wa pwani, ingawa pia ushairi na nyimbo zilitumika pia kudhihaki heshima yake. Mijadala ya umma kuhusu hadhi ya kibinafsi na uheshimu ilikuwa na historia ndefu (katika jumuiya ya Waswahili) ya kusemwa kwa mazungumzo ya kubadilishana kishairi (kimalumbano) au kupitia uigizaji wa mashairi wakati wa mashindano ya ngoma. Ilikuwa ni kama mwigizaji wa shairi mfano wa hilo ndipo Mtumwa binti Saad, kwa mara ya kwanza, alipata kujulikana Zanzibar mjini na ndio maana labda haileti mshangao kwamba usambazaji wa shairi kama hilo ulitumiwa pia kama nyenzo muhimu ya kuwania cheo chake kipya.

Ingawa hakuna yeyote miongoni mwa waandika wasifu wa Siti anayewatambua waigizaji wa nyimbo hizi, zimekuwa msingi wa simulizi za Siti binti Saad.[11] Zinatumiwa na wengine kufafanua umuhimu wa maadili, uvumilivu, na werevu ili kupata mafanikio, na huku wengine wakizitumia kuelezea usambaaji wa choyo na wivu katika jamii ya Waswahili. Kile ambacho nyimbo hizi zinafafanua pia ni ule ugumu waliokuwa nao wahamiaji wengi wa mjini mwanzoni mwa karne ya ishirini wa kujitenga na uzamani wao. Halikuwa jambo rahisi kupata kuwa 'mtu fulani' mheshimiwa. Hapo wanamchokoza na wanamcheka kwa ajili anatoka shamba na anavaa nguo za maskini, yaani kaniki.

Siti binti Saad
Ulikuwa mtu lini?
Ulitoka shamba

Na kaniki mbili chini
Kama si sauti?
Ungekula nini?

Mtumwa aliweweseka kwa wimbo huu, lakini aliutunga wimbo kuwajibu waliomkashifu. Ingawa dhihaka ya umaskini na asili yake havikunuiwa kuudunisha ukuaji wa umaarufu wake, ilidhaniwa hali hiyo ilikuwa na matokeo hasi huku ikisambazwa elimu ya ujuzi wake kama mshairi wa mdahalo ambaye angejadili kupitia kwenye shairi. Kupendelea kwake kuishirikisha na kuipa changamoto mitagusano hii ya kujishusha chini bila shaka kulimtunuku mashabiki wengi miongoni mwa maelfu ya watumwa wa hapo awali walioishi Zanzibar ambao walikisiwa kuwekwa kwenye mateso yaliyokuwa sawa. Aliwajibu waliomkashifu wakati wa mawasilisho yake ya hadharani yaliyofuatia, huku akiwavuta wengi katika wale walioweza kuwa mashabiki wake kwenye onyesho lake ili kumsikiliza akiimba wimbo ufuatao.

Si hoja uzuri
Na sura jamali,
Kuwa mtukufu
Na jadi kubeli
Hasara ya mtu
Kukosa akili

Tungo za shairi hili lenye ushindani zinapendekeza kwamba licha ya kuongezeka kwa utajiri na uhuru wa udhalilifu wa hapo awali, masuala ya ukoo, mali, na matimizo ya kiusomi, ni mambo matatu ya kimsingi kuhusu uungwana wa Waswahili yaliyobaki kuwa kiini cha ushindani wa hadhi ya kijamii. Maadui wa Binti Saad walitaka kufahamu utambulisho wake kama 'mtu fulani' wakiwakumbusha wale wote waliozisikia au kuzirudia nyimbo hizi ya kwamba kwa uhakika alikuwa tu mwanamke maskini na mnyonge bila mali isipokuwa ile iliyotolewa na kibarua wa kila siku. Katika majibu yake, alitaka kujua ule msingi hasa wa itikadi – tawala za pwani zilizoruhusu mamlaka na nguvu kwa watu binafsi kutoka kwa aila fulani, bila ya kuzingatia uadilifu wa mtu au uwezo wake. Umuhimu wa kupata heshima ya jamii utakuwa ishara ya kujizuia na nyimbo nyingi za bendi, kama hizi hapa zilizorekodiwa kwenye santuri ya gramofoni.

Hufanyani la kufanya akapendeza fakiri
Machoni akalingana kwa mfano wa tajiri
Hayana jihad hayana nimekwisha takbiri

Ufakiri ni dhaifu mfano wake kama nasi
Japo uwa mtufuku uwake kama johari
Lazima hufanywa dufu huwi katika shauri

Ufakiri kama kiza na kiza hakina nuru
Jamii hukufukuza na uwe mtu fakiri
Huna litalopendeza kwa saghiri na kabiri

Na akili halingani sawa na mwenye kururi
Zaliwa bitakweni safi mihal kadiri
Watu hukufanya nyani aula hinziri

Ufakiri jambo zito aliloumba Kakhari
Mkubwa huwa mtoto na rijali huwa thori
Usemalo kama ndoto mwema hufanya ayari

Tajiri ahalii makadirie pasipo mtu kusema

Huu pamoja na nyimbo nyingi za bendi, zinalipa sauti wazo kuwa ujuzi wa kibinafsi, uadilifu na uchaji Mungu vinapaswa kuwekewa uzito zaidi kuliko cheo kilichorithiwa pale inapotazamwa thamani ya mtu. Bendi inawahitaji wasikilizaji wake kuwapa heshima wale waliopata thamani yao kupitia kwa matendo yao, na inakirudi kitendo cha kuwachukulia watu wazima kama watoto au kuyapuuza mawazo yao kama kwamba ni yale ya wanyama kwa sababu walizaliwa wakiwa maskini na wanyonge. Bila shaka wanawake na wanaume wengi maskini walihiari kuchukuliwa kama wanyama, mawazo na maslahi yao kutozingatiwa huku wakwasi wakisalia miongoni mwa wale ambao mawazo na yale yanayowahusisha yakipewa uzito hata bila ya wao kuzungumza.

Muziki wa bendi pia unatoa ushahidi mkubwa wa mabadiliko katika utambuzi wa jinsia ya kike ambayo ilikuwa ikipigiwa bei katika enzi za baada ya ukomeshaji wa utumwa. Nyimbo hizi zinajadiliwa kwa kirefu kuelekea mwishoni mwa kitabu hiki. Katikati ya mabadiliko mengi yaliyokuwa yakitendeka visiwani katika miaka ya 1910 na 1920, wanawake walijitahidi kuunda maana mpya za uke, maana zilizoendeleza kujitegemea kwao kwa kibinafsi huku wakihifadhi dhana zote za sheria na kaida za karne ya kumi na tisa, ambazo waliziona zenye kuwapa mamlaka. Wengi wa wahamiaji huru waliokuja Zanzibar katika karne ya kumi na tisa walikuwa wanaume na kwa miongo kadhaa wanawake wachache kutoka Omani, Asia Kusini na pwani ya Uswahili au bara walielekea visiwani. Aghalabu wanaume huru walioishi Zanzibar waliwatazamia wale hawara au watumwa kuwapikia, kuwaoshea, kuwafanyia shughuli zao za nyumbani na kuwa mama wa watoto wao.

Kufikia wakati ambao Mtumwa binti Saad alikuwa akizaliwa katika miaka ya 1880, kulikuwa na maelfu ya Masuria walioishi Zanzibar. Ingawa wao wenyewe walikuwa watumwa, watoto waliozaliwa na akina baba huru na Masuria walichukuliwa kuwa huru, halali na usawa wa kijamii wa watoto waliozaliwa na baba na mwanamke huru. Sheria ya kiislamu ilitumika pamoja na matendo ya kawaida ya kijamii ili kuwapa hakikisho la haki sawa ya urithi wa mali ya baba zao bila kujali cheo cha mama.

Kwa kupata mtoto wa mume tajiri au mwenye uhuru na mali, suria angewasaidia watoto wake kupata rasilimali muhimu za kiuchumi na kijamii.[12] Mamake mfanyabiashara maarufu Tippu Tib alikuwa suria, kama walivyokuwa mama wa Seyyid Salme, Seyyid Barghash na watoto wengine wa Sultani wa kwanza wa Zanzibar Seyyid Said. Wangepewa chaguo bila shaka wengi wa wanawake hawa na wasichana wangehiari kubaki na familia zao za kuzaliwa, lakini mara tu walipokamatwa, wakafanywa watumwa kisha wakapata fursa adimu ya kurejea nyumbani, wengi walijaribu kuboresha hali zao kutokana na hali mbaya iliyowakabili. Katika sehemu nyingine za ulimwengu, Masuria wachache wangetegemea kwamba watoto wao wangetambuliwa na baba zao, na hata wachache zaidi wangepata haki zao za urithi kwa upande wa baba.

Hata hivyo, baada ya ukomeshaji wa utumwa, wengi wa wanawake hawa na watoto wao walipata changamoto kuhusu haki zao. Waingereza waliotawala walikuwa na mfumo mwengine na wanaume wao hawakutambua watoto wao waliozaliwa nje ya ndoa. Katika enzi za ukoloni baadhi ya watu wa Afrika ya Mashariki walianza kufuata mfumo huo. Kwa mfano, Jahadhmy, mwandishi halisi wa kitabu *Waimbaji wa Juzi*, alikuwa kijana wa kiume wa familia ya kiungwana kutoka Lamu. Inaonekana kama aliwaonea Masuria na watoto wao kama walivyowaonea wakwasi wengi huko. Anafungua utangulizi wake wa Mbaruku akisema 'hakika hakuwa na baba'. Bila shaka Mbaruku alikuwa na baba kwa kuwa mamake hangepata mtoto pasi na baba. Kulingana na mkabala wa Jahadhmy hata hivyo, ukweli kuwa mimba ya Mbaruku ilipatikana baada tu ya mamake kuachwa huru kutokana na minyororo ya utumwa ilimfanya Mbaruku awe mwanaharamu. Hata hivyo, Mbaruku alikuzwa na wazazi wake na akakubalika kama mmoja wa ukoo wao. Ijapo babake alimpenda na alimwita mwanawe, Jahadhamy alikuwepo katika kikundi fulani cha watu waliodharau watoto wa wanawake waliodai uhuru wao kutoka kwa mabwana wao. Kutokana na ukweli kwamba mamake Mbaruku alikuwa mtumwa, na kwamba wengine kama vile Jahadhmy walimchukulia kama mwanaharamu, bila shaka kungesababisha wengine wenye hali kama hiyo Zanzibar wahurumiwe. Waingereza nao hawakuwa na haja sana kuwaona wanawake wakiyadhibiti maisha yao kiuchumi na kisiasa kuliko wanaume watumwa. Sheria ya ukomeshaji wa utumwa ilipopitishwa, mwaka wa 1897, Masuria walitengwa kirasmi kuhusishwa. Ni baada ya miaka kumi, mwaka wa 1907, ambapo Masuria walikubaliwa kirasmi kutumia njia za mahakamani kupewa uhuru wao. Sheria za ukomeshaji ziliwakatalia haki zao zote za usaidizi wa kifedha kutoka kwa baba ya watoto, na pia baba aliweza kuwanyang'anya watoto wao. Nyimbo za bendi zinasikitisha kwa ukweli kwamba sheria ya ukoloni haikuwapendelea matajiri tu, bali pia iliendelea na kurasimisha tofauti za kijinsia dume. Haikuwa Binti Saad peke yake aliyetambua hisia za maafa ya wanyonge na waliotengwa, bali pia wanachama wengine wa bendi.

Waingereza walipoidhibiti Zanzibar kisiasa, walipanga vilevile mikakati ya kugeuza mfumo wa sheria. Fauka ya kuunda mahakama chini ya udhibiti rasmi wa kikoloni, walifanya kazi vilevile kugeuza sheria ya kiislamu, na kudunisha mahakama huru ya Makadhi masheha na wenye madaraka wengine. Nyingi ya nyimbo zilizojadiliwa hapa chini zinasikitisha kwamba sheria za kiislamu zilipotafsiriwa upya, ilizidi kuwa vigumu kwa wanawake kupewa talaka au kulinda udhibiti wa mali yao. Wanawake walioleta kesi za unajisi na dhuluma za kinyumbani mbele ya korti nao pia aghalabu hawakukinai na uamuzi uliotolewa na makadhi na majaji wa Kiingereza. Nyimbo za bendi zinafichua visa vya kibinafsi vya wanawake waliposhindania michakato hii na kutoa utambuzi ulio nadra katika athari ya mihemko iliyoletwa na juhudi hizo kwa maisha ya wanawake na wanaume. Muziki wa bendi hiyo haukudhihirishia umma nguvu ya kifahari katika maisha ya wanawake, bali ulionyesha na kuweka wazi uhakiki wa dhuluma za kinyumbani na mapenzi pia. Kupitia kwa tungo hizi, tunazisikia hadithi za wanawake binafsi juu ya namna walivyoithibiti mitagusano ya kimamlaka na ujinsia na katika hali hiyo kuhakikisha kuwepo kwa ufafanuzi mpya wa kibinafsi na ujike katika enzi za baada ya ukomeshaji wa utumwa.

SURA YA TATU

Taarabu na ubuni wa Uzanzibari

Tathmini ya historia ya maisha ya Siti binti Saad na mtindo wake wa kimuziki unatoa ufafanuzi madhubuti wa baadhi ya njia ambazo zilitumiwa na waliokuwa watumwa kujenga utambulisho thabiti wa kitamaduni kama Wazanzibari. Aina ya muziki alioupigia upatu Siti ilikuwa taarabu ya kimapinduzi. Machimbuko yote ya maandishi na simulizi katika Zanzibar yanadai kwamba taarabu ilitungwa wakati wa utawala wa Seyyid Bargash (1870-88), Sultani anayejulikana sana kwa kuishi maisha ya utajiri na anasa. Barghash alitumia zaidi ya miaka kumi uhamishoni kusafiri kwenda India, Uarabuni, na Ulaya kabla ya kuitwa tena kukichukua kiti cha enzi.[13] Wakati akiwa ng'ambo, Seyyid Barghash alianza kuthamini mitindo ya burudani ya kiheshima na ulezi wa sanaa ulioletwa na wanachama washirika tawala na wasomi katika maeneo ya bahari. Aliporejea Zanzibar, alitenga rasilimali kiasi fulani za kuendeleza usanifu wa majengo ya kifalme na pia chapa yake ya kipekee ya muziki wa kiheshima, ambayo ilikuja kujulikana kama taarabu. Ala za muziki wa taarabu zilikuwa za asili kubwa ya maeneo ya Arabuni zikihusisha nai, qanun, tari, udi, dumbak, na fidla. Katika karne ya kumi na tisa taarabu iliimbwa kihalisi katika Kiarabu na maeneo yake yanayojulikana wazi yakiwa makasri ya Masultani. Kulingana na Mwaalim Idi Farhan, mwanachuoni msifiwa wa taarabu, baada ya kifo cha Barghash, warithi wake watatu waliotawala baina ya 1880 na 1896, hawakuwa na haja sana ya kuimarisha sanaa. Wanamuziki waheshimiwa wa kasri nao walianza kutoa mafunzo kwa wengine ili wajisaidie wenyewe na kupanua uthamini wa sanaa yao. Wala taarabu ilianzishwa na Barghash au la, kati ya 1895 na 1905, taarabu ilienea miongoni mwa watu wa tabaka la juu katika Zanzibar na katika pwani ya Uswahilini.[14] Taarabu ilibaki kuwa muziki wa matajiri, hasa Waarabu, na wanamuziki wanaoinukia kutoka Zanzibar, Mombasa na Lamu walianza kuimba taarabu katika sherehe zao binafsi za kifamilia. Katika mwaka wa 1905 bendi ya kwanza nje ya kasri iliundwa Zanzibar: Nadi Ikhwan Safaa, ikifuatwa mwaka 1910 na bendi ya pili, Nadi Shuub.[15]

Zikiwa zinanawiri nje ya utamaduni shindani wa ngoma, bendi za Ikhwan Safaa na Nadi Shuub zilikuwa shindani na zenye kupingana.

Hazikuwa na ushindani wa kimuziki tu, bali katika kudhamini mandarin ya wazi na karamu ambapo waliwania kutoa kiwango kikubwa zaidi cha chakula kwa idadi kubwa zaidi ya wageni. Makundi hayo mawili pia yalishindania mialiko ya kuiwasilisha miziki yao katika sherehe za familia kubwa visiwani. Kuuchezea Al-Barwani, moja katika koo tajiri zaidi zenye ardhi katika Zanzibar, kulikuwa eneo maalum la ushindani wao. Wanachama wawili wa ukoo wa Al-Barwani walitokana na makundi hayo shindani. Hivyo basi, kila sherehe ya Barwani ilikuwa kama sehemu ya ushindani mkali, ambapo bendi zingecheza dhidi ya nyingine zikijitahidi kuona ni ipi ingevutia umati mkubwa wa watu na kudhibiti makini ya watazamaji kwa muda mrefu zaidi.[16] Hata hivyo, kinyume na jinsi zilivyo ngoma nyinginezo shindani zilizokuwepo kabla na baada ya bendi hizi, bendi hizi mbili hazikushindana kwa kubadilishana mazungumzo ya kishairi (malumbano) au ushindani wa kubadilishana tungo za kishairi, lakini zilijifahirisha kwa uwezo wao wa kuigiza nakala sahihi za melodia za Kimisri, zilizopatikana kwenye kisahani cha santuri, au nyimbo za taarabu zilizonakiliwa kutoka kwa bendi ya Sultani.[17] Ikhwan Safaa na Nadi Shuub hawakuyatoa majina yao tu kutoka kwa Kiarabu, bali pia waliimba katika lugha hiyo. Lakini ukweli kuwa wachache wa wanachama wake walizungumza Kiarabu katika harakati zao za kila siku za maisha kulizuia uwezo wao wa kutunga nyimbo zao za asili.[18]

Lugha na mtindo wa uimbaji wa nyimbo zao ulijaribu kukuza uhusiano kati ya wanachama wa kikundi chao, tabaka la juu waliloliigizia na itikadi za ustaarabu zilizotokana na kaida za utamaduni wa Kiarabu. Maigizo ya Ikhwan Safaa na Nadi Shuub yaliiweka taarabu hadharani, lakini 'umma' ulikuwa kwa kiwango kikubwa na upendeleo wa watu wenye daraja kubwa au wanabiashara wasomi. Mpaka Siti binti Saad alipoanza kuifanya taarabu kupendwa na watu na kuileta karibu na eneo la Ng'ambo, wakati fulani baada ya vita vya dunia vya kwanza, ilisalia kuwa ishara ya utamaduni wa utajiri, wanaotawala, wasomi, na waliowamiliki watumwa.

Siti na bendi yake wametambuliwa na wanahistoria wengi wa taarabu kama wanamuziki wa kwanza kuimba taarabu kule Ng'ambo. Lililo sahihi labda ni kwamba walikuwa waimbaji wa kwanza kutoka Ng'ambo waliotambuliwa na wanaotawala kama wanamuziki wa taarabu.[19] Kabla ya Nadi Ikhwan Safaa na Nadi Shuub, kulikuwepo makundi mengi ya ngoma yenye msingi wa magenge ya kuli (watumwa mahamali) kwenye bandari yaliyohusisha baadhi ya ala, wizani na melodia ya taarabu katika uimbaji wao. Muziki huu wa hapo awali haukuchukuliwa kama taarabu kwa sababu uliwasilishwa na watumwa, wafanyakazi katika majahazi, na Wahadhrami walioimbia bandarini. Wafanyakazi wajahazi kutoka Uarabuni waliokuja kwenye gati ya Zanzibar mara nyingi walikuwa maarufu kwa maigizo yao ya usiku yenye kuvutia, bali hata hivyo walitambuliwa kama "kitu kinginecho." Taarabu ilifafanuliwa na lugha na ala zake, lakini pia kwa tabaka na cheo cha wapigaji na wafadhili wake.

Kuna sababu mbalimbali zilizochangia kutambuliwa kwa bendi ya Siti kama taarabu. Kwanza, Mwalim Shaaban alifunzwa kupiga vinanda na Nadi Shuub.[20] Pia yeye na Siti waliimba nyimbo nyingi za Kiarabu, ilhali wingi wa kazi za bendi na zile zilizokuwa zimepokelewa zaidi zilitungwa kwa Kiswahili. Kwa ajili waliimba kwa lugha zote mbili walitambulika miongoni mwa waliotawala kama wanamuziki "hakika" wa taarabu na si "tu" tabaka jingine la kitenda-kazi la ngoma lililohusisha ala za Kiarabu na wizani katika maonyesho yao.[21] Chaguo la Siti na bendi yake la kutunga mashairi kwa Kiswahili kimsingi, lilichangia uwezo wa taarabu wa kuwasiliana na hadhira pana ya kisiwani kuliko muziki wa Ikhwan Safaa au Nadi Shuub. Uamuzi wa bendi wa kuimba kwa Kiswahili pia ulichangia kuibadilisha taarabu kutoka kwa hali ya utamaduni wa Kiarabu hadi kuifanya sehemu muhimu ya utamaduni wa Wazanzibari kwa jumla.

Kama walivyokuwa Wazanzibari wengi wa wakati wake, Siti binti Saad alihusisha vitu vyenye asili husishi vya kiafrika na kiarabu katika maisha yake. Pia kama msanii, aliunda upya baadhi ya desturi za kimuziki na kitamaduni zilizokuwepo tayari hadi katika hali ambayo iliifanya taarabu ivutie jamii tofauti za visiwani. Kutokana na kuhusisha kwake elementi za kimtindo kutoka kwa tamaduni za muziki na uigizaji za wakaazi wa visiwani yaani Waarabu, Waafrika na watu kutoka Asia Kusini, Siti alijenga nafasi ya kimuziki iliyopanua mipaka ya Uzanzibari. Miktadha mbalimbali aliyoiimbia yakiwemo maonyesho ya bure ya umma yaliyoandaliwa katika viwanja wazi vya ngoma kule Ng'ambo, sherehe za harusi za wafanyibiashara tajiri wa Afrika Mashariki na wamiliki wa ardhi, nyumba zilizowachwa wazi kwa chakula na burudani wakati wa Ramadhani huko Ng'ambo, maonyesho ya kibinafsi ya Sultani na makao ya Waingereza katika makasri, na maonyesho ya kuchangisha pesa kwenye sinema, pia yalichangia kudhihirisha mageuzi katika fikra kwenye maeneo ya maonyesho ya umma. Mtindo wake wa kimuziki uliwahi kuvuka hadi katika nafasi kadhaa za maonyesho bainifu ya hapo nyuma; ulipatanisha na kupunguza tofauti zilizokuwepo baina ya starehe za 'Kiarabu' waungwana waliolea na kuibua utamaduni "uliostaarabika" (utamaduni/ustaarabu) na "nyakati za hapo awali ambazo hazikuwa za ustaarabu."[22] Mitindo ya kimuziki haikuakisi tu bali pia ilipanga michakato mingineyo ya kihistoria. Mtindo wa bendi ya muziki ya Siti, lugha ya Kiswahili, melodia za Asia Kusini, ziliupa mtindo wa kimuziki utambulisho unaoibuka wa kizanzibari wa enzi hiyo.

Wataalamu wa muziki wa kitamaduni wametambua mara kwa mara kuwa ni nadra kutengamaa katika miktadha ya mabadiliko ya kijamii na kwamba katika hali ya kuunda miji, mitindo mipya ya kimuziki aghalabu hubuniwa ili kueleza matamanio na kutamauka kwa wahamiaji wa hivi majuzi hadi jijini. Kama anavyohoji David Coplan katika muktadha wa uundaji miji wa Afrika Kusini, "Katika hali ya mabadiliko, utambulisho ni dharura, na watu huchezea ishara zake ili kuwatambulisha kama wao ni nani, wasio nani na kwamba wanakusudia kuwa nani."[23] Mtindo mpya wa taarabu uliobuniwa na Siti binti Saad na bendi yake ulikuwa ishara moja ya utamaduni ambayo ilifanya kujieleza kimuziki kwa matamanio ya watu wanaoinukia katika mji wa Zanzibar kutambuliwa kama raia kamili wa jamii ya visiwani.

SURA YA NNE

Wanapotoka Siti na Waimbaji wa Bendi na Nafasi ya Dini katika ukuaji wao kuwa waimbaji maarufu wa Zanzibar

Siti binti Saad pamoja na wanachama wengine wa bendi yake – Mwalim Shaaban Umbaye, Mbaruku Effandi Talsam, Subeti bin Ambari na Budda bin Swedi – wote waliishi Ng'ambo, lakini asili yao ilionyesha kwa ukubwa uanuwai wa jumuiya ya Ng'ambo. Siti, Subeti na Budda walizaliwa Unguja nao Mwaalim Shaaban na Mbaruku walikuwa wahamiaji kutoka bara. Mwaalim Shaaban, mshairi mkuu wa bendi, alizaliwa mwaka wa 1900 nchini Malawi na alikuwa Mnyasa kwa kuzaliwa. Aliletwa Zanzibar akiwa na umri wa miaka minne, ambako alikuwa na ami yake, aliyefanya kazi kama karani katika afisi ya reli ya Bububu. Ijapokuwa Mwalim Shaaban alikuwa huru, idadi kubwa ya watumwa wa visiwani walitoka katika maeneo ya nyumbani alikotoka. Mbaruku Effandi Talsam, aliyezaliwa mwaka wa 1892, alikuwa kijana wa kiume wa suria mmoja aliyemilikiwa na mfanyibiashara tajiri wa kiarabu, Abdulkarim Talsam Mabasheikh, kutoka Mombasa, Kenya.[24] Babake Mbaruku alikuwa tajiri na aliwekeza pesa ya familia si tu katika biashara kwenye maeneo yote ya Bahari Hindi bali pia katika mashindano mbalimbali maarufu ya ngoma kwenye kisiwa cha Mombasa. Ikiwemo kuweka gwaride la bendi ya beni 'Skochi', ambapo mmoja wa wajomba wa Mbaruku alikuwa "Mfalme". Ijapo Mbaruku alikuwa kipofu alipokuwa na umri wa miaka kumi baada ya kupata ugonjwa wa ndui, alibobea katika mapokezi ya muziki ya familia yake, akiwa na ufahamu mpana wa zumari, fidla, na baadhi ya ala nyinginezo za muziki wa nyuzi ikiwemo *oud*, Mbaruku alifanya kazi na kusomea taaluma ya muziki huko Lamu na Mombasa, lakini akiwa na miaka ishirini na minane mwaka wa 1920, alihamia Zanzibar ili kuungana na bendi ya Siti binti Saad, bendi ambayo heshima yake ilikuwa tayari imeenea katika pwani nzima.

Kama walivyo watoto waliozaliwa katika hali nafuu za kiuchumi, Mbaruku na Mwalim Shaabn walihudhuria Chuo cha Kurani wakiwa vijana. Mwishoni mwa mwaka wa 1948, kulingana na utafiti wa kijamii wa Zanzibar wa Edward Batson, ni asilimia 19 pekee ya idadi ya Wazanzibari waliokuwa wamehudhuria chuo cha Kurani na wachache kama nusu yao walikuwa wamekamilisha kozi ya msingi ya kuhitimu mafunzo haya.[25] Kabla ya 1905, Kiswahili kiliandikwa kwa hati ya Kiarabu na wale waliohudhuria chuo wakafundishwa ujuzi wa kusoma na kuandika pia. Ingawa kuhudhuria chuo cha kufundisha Kurani na kuelimika katika Kiarabu ilikuwa hatua ya kwanza ya maisha ya kuwa mwanachuoni wa Kiislamu, pasi na kujali ni hatua ipi mwanafunzi alikuwa amepiga katika elimu yake, masomo ya kimsingi yaliyotolewa kwenye chuo cha Kurani yalifungua nafasi nyingi ambazo hazikupatikana kwa wale ambao hawakuhudhuria masomo hayo.

Ujuzi wa kutamka walioupata kutokana na usomaji wa Kurani uliwasaidia Shaaban na Mbaruku kujiweka imara kama wanamuziki wa Kiislamu. Kabla ya kujikita taarabuni Shaaban alipata sifa kama mwimbaji wa muziki wa dini ya Kiislamu, msomaji wa Kurani na mwimbaji wa kasida. Walipokwenda Bombay alirekodi baadhi ya kasida na aya za kurani na HMV. Shaaban pia alifanya kazi kama mkufunzi katika vyuo vya kusomesha Kurani Zanzibar na Dar es Salaam, hivyo kupata cheo cha Mwaalim, na pia kama njia ya kupata chumo lake.[26] Ingawa alikuwa Mnyasa kwa kuzaliwa, mafunzo ya kidini aliyopata Shaaban na kujitolea kwake binafsi katika kuimarisha uelewa wa Uislamu miongoni mwa vijana wa visiwani kulimpa heshima na kusahilisha ushirikisho wake katika jamii ya Kizanzibari.

Uislamu pia ulitoa nafasi sawa kwa wakazi, na hili liliufanya muziki kuthaminiwa vilevile. Ingawa Waafrika wengi na wasomi wa Kiarabu walitokana na makundi mbalimbali katika karne ya kumi na tisa na wakazingatia matendo tofauti ya kiibada, walibadilishana mambo mengi, yakiwemo kuheshimu maandiko matakatifu yaliyo sawa. Kundi la Ibadhi kutoka Oman na kundi la Sunni, lililokuwa la Waswahili wengi huko visiwani, aghalabu yalisoma kutoka kwa wanavyuoni sawa na walisali katika misikiti sawa. Wafanyibiashara wakwasi Waibadhi pia waliitoa misikiti kadhaa kwa matumizi ya Wasunni, na kufikia katikati ya karne ya ishirini wengi wa watu binafsi ambao mababu zao walikuwa Ibadhi sasa walijitambulisha kama Wasunni.[27] Uthamini wa ujuzi wa mwimbaji mmoja ambaye angeimba sauti nne na baadhi ya toni katika kirai kimoja, huku akiongeza mapambo na sauti mpandoshuka ambao ulisaidia kuelewa maana ya wimbo, zilikuwa elementi za kimuziki zenye msingi wa usomaji mzuri wa Kurani zilizotumiwa na waislamu wote.

Ijapokuwa Shaaban alikuwa mwalimu maarufu na mheshimiwa katika ufunzaji wa Kurani, sio wanachama wote wa bendi yake walizingatia nguzo za dini. Kama ilivyokuwa kwa takriban wakaazi wote wa visiwani, wanabendi walikuwa Waislamu waaminifu, lakini kama walivyokuwa wengi wa wenzi wao, pia hawakuzingatia aadhi ya amri, hususan zile zilizowazuia kunywa pombe. Siti, Subeti na Mbaruku walijiingiza kikaidi katika mtindi wa mtindi yaani moja ya tasfida nyingi za kienyeji za gongo, kama tahfifu ya uwezo wao bunifu.[28] Ingawa wakaazi wengi wa visiwani wangekiri kuwa hili halikuwa jambo "zuri" la Mwislamu kufanya, hukumu kuhusu msimamo wa kimaadili wa mtu binafsi iliachiwa pakubwa na wazanzibari kwa Muumba.

Maelezo mengi tofauti ya asili za kiisimu, kitamaduni na kijamii yaliyopatikana katika Ng'ambo na katika miji mingi ya Uswahilini katika pwani, kijumla yalihimiza kuvumiliana kwa tofauti zao na kupinga kuingilia mambo ya watu wengine. Utamaduni wa kidini wa pwani ulitambua kuwa, watu wameumbwa na maumbile tofauti na yasiyokuwa timilifu. Ni juu ya kila mtu kujitahidi kwa kadiri ya uwezo wake kuwa ...mwenye busara, mpole, mkarimu, mwadilifu na mwenye amani... badala ya kuzihitaji kwa nguvu sifa kama hizi kutoka kwa watu wengine. Kulaumu, kukosoa au kuwawekea vikwazo wale walio na upungufu wazo ni kukosa hekima... Ni [Mungu] wala sio mimi, kuweka vikwazo.[29] Ndani ya Zanzibar na katika miji mbalimbali ya pwani, ikiwa mtu angejitambulisha kama Mwislamu, basi angekuwa Mwislamu, hata kama anatumia pombe au hasali kila wakati.[30] Kwa kutokuwa na pesa wala wakati wa kujishughulisha kwa dhati kujifunza turathi za Kiislamu Waafrika Mashariki wengi waliishi kiislamu kama dini ya kijamii – wakichukulia kwa uzito masuala ya ujirani, kuvumiliana katika tofauti zao, na kujenga maridhiano ya kijumuia kuliko kuifafanua sheria na maandiko. Walikuwepo wale kama Shaaban waliofunga wakati wa Ramadhani na kufundisha katika chuo cha Kurani, na wengine kama Subeti na Mbaruku walioenda nje kujivinjari kwa kinywaji. Ingawa tabia kama za Subeti na Mbaruku hazikupendeza sana kwa watoto kuiga, jambo hilo liliachwa baina yao na Mungu kwa kuwa tabia za wanajamii hazikuingilia mambo ya watu wengine. Kwa hali ambapo ulevi wa mtu ulikuwa maudhi ya wazi na kuwachukiza jirani, hata hivyo, lilikuwa suala la kuishughulisha jumuiya.

Wimbo uliokuwa maarufu na ungali unapendwa hadi sasa wa "Muhogo wa Jang'ombe" uliigizwa na bendi kwa lengo hasa la kumsuta jirani mmoja mshari wa Shaaban ambaye alirejea nyumbani kila siku akianguka kutokana na ulevi baada ya matembezi hadi Jang'ombe, eneo la ujirani lililosifiwa kwa unywaji wake wa pombe, kisha kufanya mchezo wa kuwachukiza wanawake wa eneo hilo kwa tabia yake pujufu. Ubeti mmoja kutoka kwa wimbo huo ambapo mhogo umetumika kitasfida kwa maana ya gongo, mkosaji anakumbushwa kwamba ni yeye pekee anayejihusisha katika ulevi na muhimu zaidi, kuwa ulevi haumpi uhuru wa kutowaheshimu wanawake kwa jumla na hasa kwa wale waliopata hiyo heshima kutokana na umri wao, elimu yao, uwezo wao wa kuzaa au kujitolea kwa kidhati kama "akina mama" wa jumuiya. "Muhogo wa Jang'ombe sijauramba mwiko/msitukane wakunga na uzazi ungaliko." Unywaji pombe, mradi ulifanywa kisiri, haukuwa tatizo, lakini sio kama ungewaudhi watu waziwazi au kutishia usalama wa majirani. Maelekezo ya kuvumiliana na undugu yaliyopatikana katika Kurani yaliwaruhusu watu kupuuza mienendo ya ulevi ya jirani lakini siyo kuwabughudhi kwake wanawake wa mtaani, jambo lililotishia msingi wa kijamii. Nyimbo kama vile "Muhogo wa Jang'ombe" zilizokosoa tabia potofu au matendo yaliyoweka ridhaa ya mtu binafsi juu ya matakwa ya jumuiya zilikuwa alama ya ubora wa muziki wa bendi hiyo.

Kinyume na Mwaalim Shaaban na Mbaruku, Siti binti Saad hakubahatika kuhudhuria mafundisho ya Kurani katika ujana wake. Akiwa mtoto, Mtumwa binti Saadi aliyaishi maisha ya vijana wengi wa kijijini. Alicheza viwanjani na kwenye vijito vidogo kule mashambani, akiwasaidia wazazi kwa kazi za nyumbani na kilimo katika umri huo mdogo, kisha kwa utaratibu akipata ujuzi wa ufinyanzi kutoka kwa mamake na wanawake wengine wa kijijini ambao ungemsaidia kupata ujira wake binafsi kama mtu mzima. Kama walivyokuwa wanawake wengine wa wakati wake, Mtumwa aliolewa akiwa na umri mdogo wa ujana. Ndoa ya kwanza haikuchukua muda mrefu kisha baada ya kujifungua mwanawe wa pekee, Mariam, Mtumwa na bintiye walirejea nyumbani kwa wazazi wake, ambako waliishi kwa miaka kumi iliyofuatia.[31] Hata hivyo, mawazo ya Binti Saad yalikuwa mahali penginepo, kulingana na waandishi wa wasifu, "Alihangaikia mabadiliko na matukio mapya."[32] Fauka ya ukulima, kumlea bintiye na kuunda vyungu, Mtumwa pia alianza kuvikusanya vyombo vya ufinyanzi kutoka kwa wanawake wengine wa kijijini, ambavyo alivipeleka mjini kuuza katika barabara za mji na maeneo jirani ya Ng'ambo. Kutokana na safari zake za mara kwa mara za mjini aliweza kufahamiana na watu wa mjini na katika mwaka wa 1911, kama anavyosema Mohammed Khatib, aliamua kuyaacha "maisha yake machafu ya mashambani na kuelekea mjini."[33] Akiwa mmoja

25

katika maelfu, binti Saad aliungana na Wazanzibari katika "Uhamiaji Mkubwa" kutoka mashambani hadi mjini – kutafuta nafasi ya kiuchumi pamoja na uwezekano wa kujitegemea kijamii na kibinafsi katika muda huo wa mabadaliko makubwa.

Wanavyosema wazee, aliimba alipotangaza vyombo vyake vya ufinyanzi, na Mtumwa alipata sifa ya kuwa mwimbaji mwenye ufungamano na uburudishaji wa nyimbo za jadi na vitendawili. Kiini cha tungo za nyimbo kwa maonyesho ya kimuziki na uthamini wa ulumbi wenye ujuzi kilikuwa ni kigezo kilichofanana miongoni mwa sifa za Kiafrika, mashairi ya Uswahilini na muziki wa Kiarabu uliojenga msingi sawa miongoni mwa hadhira bainifu na hadhira ya Umm kulthum ya Misri ulitumiwa vilevile kwa zile za Afrika Mashariki ambapo "werevu wa kimaongezi katika ulumbi, ushairi, wimbo au mazungumzo ya kawaida yaliwatenga werevu kutokana na wenzao waliozubaa, mabishano yenye natija na yale yasiyo na natija, mawasilisho ya kisanaa na yale butu".[34] Matumizi ya Siti ya vina, mizani na sitiari yalimpa heshima katika utamaduni ambao kuzungumza kulichukuliwa kama mtindo wa usanii.

Werevu pamoja na uzuri wa sauti yake uliteka makini ya waimbaji wengi walioimba muziki wa kaida za Kiislamu, na ambao muda mchache tu baada ya kuingia mjini, walimshawishi ili aanze kupata mafunzo na baadaye kuwa mwimbaji binafsi. Kisha katika miaka yake ya ishirini mwisho mwisho, au ya mapema thelathini, Mtumwa binti Saad alianza kujifunza kusoma Kurani na sheria zake za usomaji (tajwidi), zinazotilia mkazo utamkaji wa sawa wa maneno, mbinu mwafaka za upumuaji zinazoruhusu maneno kusalia katika uasili wake na umuhimu wa sauti katika kuwasilisha ujumbe wa maandiko. Mafunzo ya sauti, utangulizi wa kusoma Kiarabu na elimu kuhusu Kurani ambayo Siti alipokea kutoka kwa walimu wake yalikuwa muhimu katika kubadilika kwake kutoka kwa mwimbaji wa kuvutia wa nyimbo za kawaida hadi mwimbaji stadi wa muziki wa kaida za Kiislamu.

Katika miaka ya 1910, usomaji wa Kurani kwa kiimbo na uimbaji wa mashairi ya kidini maarufu kama Maulidi au kasida ulianza kuwa njia maarufu za burudani la umma na lile la faragha katika sekta zote za maisha ya wakaazi wa visiwani. Ijapokuwa hivi sasa ni mara nyingi katika Afrika Mashariki maulidi na kasida zinahusisha washiriki wa kike na wale wa kiume zikiandamana na ngoma na tari aghalabu hali haikuwa hivi kabla. Katika miaka ya 1890, Sheikh Habib Salih (alikufa 1935), mwanamabadiliko mmoja aliyesifika sana kwa juhudi zake za kuanzisha muziki wa kiafrika na kanuni za ibada ya dini ya Kiislamu kule pwani, alifukuzwa waziwazi nje ya kisiwa jirani cha Lamu kutokana na juhudi hizi za uimarisho wa kidini. Sheikh Habib alilaumiwa kwa uasi kutokana na juhudi zake za kujihusisha zaidi kwenye jumuiya ya kiafrika ya kisiwani kwa kushirikisha upigaji ngoma, Kiswahili, na wanawake katika utendaji wa taratibu za kidini. Ingawa alibezwa na mfumo wa kidini wa imani halisi, uvumbuzi wa Habib ulianza kupendwa zaidi miongoni mwa maskini wa Lamu na ukasambaa kwa haraka katika pwani ya Afrika Mashariki nzima, ikiwemo Zanzibar.

Katika karne ya kumi na tisa, sherehe za maulidi za kumkumbuka Mtume Muhammad hazikuwa pia maarufu. Ikiwa zilikuwepo, basi zilifanywa kwa uchache, kwa siri, na zilihusisha visomo vya kiasi vya mashairi ya kidini katika Kiarabu. Kwa kuongezea juu ya uvumbuzi ulioanzishwa na Habib, hata hivyo, kufikia wakati binti Saad alianza kusoma maulidi katika miaka ya 1910, uwasilishaji kwa umma wa mashairi yaliyoimbwa kwa Kiswahili na kuandamanishwa na matari ya ngoma ulikuwa umeshapata umaarufu.[35] Maulidi Barzanji, masimulizi ya Kiswahili yaliyofupishwa ya maulidi ya Kiarabu ambayo yalitumiwa katika kuadhimisha kuzaliwa kwa Mtume Muhammad, yalianza kusomwa majumbani katika kipindi hiki. Pia, serikali ya Zanzibar ilirasimisha usomaji wa maulidi kama sherehe kubwa ya kitaifa iliyofanyiwa katika viwango vya michezo jijini, baada ya vita vya dunia vya kwanza – hivyo kuutambua zaidi umuhimu wa Kiswahili na uislamu uliokuwa maarufu kwa watu kama ishara za kitambulisho cha kitaifa. Wakaazi wa visiwani walianza kusoma maulidi si tu katika kuadhimisha kuzaliwa kwa Mtume, bali pia kusherehekea kuzaliwa kwa watoto wao binafsi na harusi, kuziombea roho za wapendwa wao waliofariki, au kutoa shukrani kwa zao lao la karafuu lililonawiri. Kufikia miaka ya 1910, aghalabu maulidi yaliandamana na karamu, na wakati mwingi kulikuwepo harakati za kujitweza na upigaji wa ngoma wenye ushindani. Umaarufu wa maulidi uliendelea kuenea hadi kufikia mwanzo wa miaka ya 1930, jumla ya sherehe mia nane za usomaji maulidi zilikuwa zinafanywa kila mwaka mjini.[36]

Vipaji vya binti Saad vya uimbaji na mafunzo yake katika Kurani vilimpa nafasi ya kupiga hatua katika hali hii mpya ya kujitolea na kuwa mmoja wa waigizaji waliotafutwa kwa utashi mkubwa wakati huo. Kuenea kwa umaarufu wa maulidi kulitokea wakati mmoja ambapo watu walianza kujitenga na kaida somi za kiislamu na zenye kukubalika, hadi kwenye kaida zilizopendelea waziwazi ucha Mungu, ingawa za kimaskini na zisizo somi. Hili lilipatikana kwa wanaume na wanawake miongoni mwa jamaa wa kisufi na ada za zikiri.[37]

    Uzushi katika matendo ya kidini ulioanzishwa mwanzoni mwa karne ulileta uwezekano mpya wa watu binafsi, wakiwemo wanawake kama Mtumwa waliotokana na asili maskini, nyonge na zenye kuzungumza Kiswahili, kuheshimiwa kwa elimu yao na uigizaji wa ada za kidini. Katika hali hiyo, nafasi hizo zilileta fursa mpya ya kupata ujira. Kufikia katikati ya miaka ya 1910, maarifa ya Mtumwa yalihitajika sana, si tu Ng'ambo bali pia mashambani na katika Mji Mkongwe pia. Kama alivyopendekeza mmoja wa waigizaji wa Siti "Kutoka kwa mtu asiye na hadhi na jina la kitumwa, Siti aliwasisimua Wazanzibari tajiri nao wakawa watumwa wake. Hakuna sherehe yoyote, si harusi si ya kuzaliwa mtoto, iliyofana miongoni mwa tajiri wa Kizanzibari bila utendaji wa Siti."[38] Uzuri wa sauti yake, migao ya sauti hiyo, mvumo wake, unazali wake na kiimbo viliwafanya wasikilizaji wake kufurahi zaidi. Kwa kweli, kulingana na habari zinazoyaelezea maisha yake, ni kutokana na uwasilishaji wake mmoja mzuri jukwaani ambapo anwani 'Siti' kutokana na neno la Kiarabu "Bibi", lilijitokeza na kupewa Mtumwa kutoka kwa mmoja wa wakaazi wa visiwani wa tabaka la juu. Hii ilipaniwa kumheshimu kutokana na uzungumzaji bora wa Kiarabu na uwasilishaji wake jukwaani wa maandiko ya kiada. Hivyo basi, ilikuwa ni kutokana na kujifunza kwake Kurani ambapo Mtumwa kijakazi alijibadilisha na kuwa Siti, mwanamke wa heshima.

SURA YA TANO

Muktadha wa ubunifu wa Nyimbo za Siti

Ingawa muziki wa taarabu wa Siti binti Saad ulikuwa maarufu kwa matabaka mbalimbali ya Kizanzibari, muziki wake uliwalenga waziwazi wanaume na wanawake wa tabaka la kifanya-kazi la Ng'ambo ambao aliishi nao. Nyuma kabla hajakuwa nyota maarufu ya kimataifa katika kurekodi, alipata hadhi na kuenziwa na jirani zake kwa kugeuza habari zinazochipuka na umbeya wa mtaani, na pia jitihada za kibinafsi na kikundi, kuwa wimbo.[39] Mengi ya haya yote hayakuchapishwa, bali yamesalia katika kumbukumbu za wanaume na wanawake wazee ambao kila mara wanajikweza kama waandishi wenza wa kazi za Siti.[40] Mazoezi ya bendi ya usiku yalifanyiwa nyumbani kwa Siti kule Mwembetanga na wakaazi wa visiwani walijihimiza kuyahudhuria. Siti na washiriki wengine wa bendi yake walitunga mashairi yaliyopata kuwa maneno ya nyimbo zake, hadhira ingeungana nao na kuisifu waziwazi natija ya mistari fulani au wangependekeza mistari mingine ifanyiwe kazi.[41] Nyumbani kwa Siti kulikuwa moja ya mahala muhimu pa mikutano katika Ng'ambo katika miaka ya 1920 na 1930, na kuliwavutia wanaume na wanawake kutoka maeneo ya mjini. Kuhudhuria mazoezi au uwasilishaji nyumbani kwa Siti kulikuwa kitu kikubwa kwa watu wa mashambani wameenda mjini, au kwa jamaa kutoka bara. Mazoezi ya usiku nyumbani kwa Siti yalihudhuriwa vizuri hivi kwamba mgeni yeyote angedhani kuwa ni maonyesho ya shughuli rasmi yanayoendelea. Umati wa watu uliongezeka wakati wa Ramadhani, ambapo licha ya burudani, wanabendi waliwapa wageni chai. Hatimaye bendi iliweza kupata faida kutokana na muziki wao uliohudhuriwa na hadhira ya watu wengi. Japo Siti, Shaaban au Buda walitunga mashairi ya nyimbo, ubunifu haukuwa wa mtu mmoja bali ulikuwa tendo la watu wote wa kikundi.

Njia muhimu ambayo hadhira iliathiri muziki wa bendi, hata hivyo, ilikuwa ni kutoa ngano zilizokuwa msingi wa nyimbo. Watu walijumuika nyumbani kwa Siti ili kutangamana na kuufurahia muziki, na pia kubadilishana habari mpya na kuchanganua matukio ya nchini na ya ulimwengu. Siti alijifaharisha kutokana na uwezo wake wa kutunga mashairi bila ya kujiandaa na aghalabu rafiki zake walistaajabia uwezo wake wa kuyageuza mazungumzo yao na kuyafanya wimbo wa kishairi.⁴² Siti alitumia uwasilishaji wake jukwaani si tu kuburudisha hadhira yake bali pia kama njia ya kusambaza na kuzihariri habari za siku au wiki. Nyimbo za taarabu za Siti zililingana na gazeti bure la Ng'ambo, na neno la utendaji wake lilipata wepesi wa kusambaa. Hata kama kungekuwepo na gazeti lililochapishwa, si Siti wala marika wake wangeweza kulisoma, ingawa muziki wake na habari zilizokuwemo ziliwafikia wote ambao wangezungumza Kiswahili. Kutokana na kuheshimiwa kwa kazi ya Siti kama mwanahabari katika utanzu simulizi, Muungano wa vyombo vya Habari vya Wanawake wa Tanzania (TAMWA) ulilipa jina jarida hilo *Sauti ya Siti*.⁴³

Kama yalivyo mazoea ya utamaduni wa sasa wa "kusoma" gazeti katika Afrika Mashariki, habari na tahariri zilizosambazwa na Siti na bendi yake zilipata kufasiriwa na kujadiliwa kwa sauti za juu. Kwa kutilia mkazo, wengi wa rafikize Siti wanakiri kwamba makusudio ya haja ya kuanzisha mjadala kuhusu tathmini ya masuala mbalimbali ya kitabaka, kijinsia na kisiasa, kwa sehemu fulani, ni kutosahaulika kwa msanii huyo na nyimbo zake kusalia katika kumbukumbu za wengi katika enzi hiyo.⁴⁴ Nyimbo za Siti hazikuwa zinatatiza katika kuzisikia, bali zilikuwa simulizi za kishairi zilizohitaji uhusishwaji wa kilazima.

Kinyume na *Sauti ya Siti*, ambayo kimsingi hadhira yake iliwajumuisha wanawake, kazi ya Siti ilikuwa maarufu vilevile miongoni mwa jinsia zote mbili. Katika wakati wa Siti, wanawake walikuwepo katika maeneo ya umma na kukapambanuliwa waziwazi uhusiano kati ya kuwa hadharani na kuwa faragha katika maisha ya kiraia. Katika hali ya kukutana, kuzungumza na kujadiliana, wanaume na wanawake waliokutana nyumbani kwa Siti kwa ajili ya mazoezi, walijadiliana kuhusu muziki wake baada ya mawasilisho ya jukwaani, au waliimba nyimbo za bendi wakifanya shughuli zao za kila siku, haya yote yalipelekea kuwepo mshikamano wa kijamii, kutathmini sifa na kuunda mitagusano ya amali za kijamii na kisiasa. Kashfa za siri na zile za dhahiri –kuanzia waume waovu hadi kwa wahudumu fisadi wa umma – zililetta umbeya wa mjini usiokoma na pia nyenzo za nyimbo nyingi za bendi bali katika harakati yenyewe ya kusimulia, zilifanya tathmini ya uhakika huo pia, huku zikiisaidia jumuiya kudondoa tofauti baina ya wema na ukengeushi, mambo ambayo yalisisitizwa katika usimulizi wote wa ngano.

Huenda wengi wa wale walioishi Ng'ambo baina ya vita viwili vya dunia walitengwa kushiriki kirasmi katika taasisi za kisiasa za ukoloni za Zanzibar, lakini walishiriki pakubwa katika kuunda mijadala iliyoanzisha mfumo wa uraia wa jamii. Kushiriki katika muziki wa kusisimua wa kitamaduni wa Ng'ambo kulikuwa ni moja katika njia nyingi walizotumia kufanya hivyo. Nyimbo zilizoadabisha na kuwakejeli watu waovu zilitumika kusuta na kudhihirisha wazi ukosefu wa heshima wa watu waliokuwa na tabia hiyo. Mara nyingi nyimbo za Siti binti Saad zilifanya muhtasari wa maoni ya wengi huku zikichochea mjadala wa kanuni za kidini, kijamii na kitamaduni kwa umma, kanuni ambazo zilichangia kubuniwa kwa jumuiya.[45] Uimbaji na umbeya kuhusu mema na mabaya ya wengine kulisaidia kufafanua kunga na kuthibitisha amali miongoni mwa wale waliosimulia na wale waliosikiliza na hivyo basi washiriki walijitenga kabisa na wachache katika miji ya Zanzibar ambao hawakusimulia wala kusikiliza.

Kama jamii inavyoakisi, tungo za nyimbo zilizoimbwa na kurekodiwa na Siti na wenzake zinatoa ufahamu wa kipekee katika Zanzibar miaka ya 1920 na 1930. Kwa kuzisikiliza tungo za nyimbo hizi, na hadithi zinazozizunguka twaweza kusikia dondoo za mazungumzo ya kila siku na mijadala kali iliyowashughulisha wakaazi wa Ng'ambo. Lengo hapa litakuwa kurejelea nyimbo zinazonukuliwa tabaka la kimjini na mahusiano ya kijinsia, yote kwa kuwa masuala haya ni muhimu katika somo hili na kwamba yanajenga kitengo cha maana katika maonyesho ya kimuziki ya bendi. Nyimbo zinazohusika kimahsusi na tabaka na mahusiano ya kisiasa katika enzi za ukoloni wa Zanzibar zinaunda kwa uchache zaidi ya asilimia 20 ya nyenzo za bendi. Inawezekana kwamba nyenzo kama hizo zilidhihirika hata pakubwa katika mawasiliano hai ya bendi na kabla ya kuyarekodi na kama ilivyo hasa kwa nyimbo hizi ambazo zinakumbukwa vizuri na wazee. Sehemu kubwa ya nyenzo za bendi ilishughulikia masuala ya mapenzi, ngono na matayarisho ya kinyumbani, ingawa hapa pia msimamo wa bendi kwa masuala haya ulikuwa wa mawazo kuhusu haki. Walipoulizwa kuzitaja nyimbo walizozipenda katika enzi hizo, wazee walioishi Ng'ambo walianza daima kukariri mishororo kutoka kwa nyimbo za Siti ambayo ilihakiki dhuluma za kiutawala au zile za kiuchumi au mishororo iliyorejelea kuondosha kwa tofauti za muda mrefu za kijinsia. Uchanganuzi wa nyimbo hizi wa kimatini na kihistoria unajumuisha kiini cha salio la kitabu hiki.

SURA YA SITA

Mwendelezo na Mabadiliko katika Makundi ya Tawala za Ukoloni

Siti binti Saad na bendi yake walimburudisha Sultani na watu wengine wa tabaka la juu lakini kama walivyokuwa washairi wanaosifu watawala wengine katika Afrika, hawakuwasifu tu, bali walitumia fursa hiyo kuukosoa uongozi wao na kuwakumbusha wenye nguvu kuhusu majukumu yao kwa wanyonge. Nyimbo nyingi zilizungumzia jinsi matajiri na wanaopendelewa walivyotumia vibaya mamlaka ya serikali. Ingawa uwezo wa watu wenye tabaka la juu haukuwa chochote kipya kwa Zanzibar ya karne ya ishirini, kulazimishiwa watu utawala wa kikoloni kulibadili mbinu za utawala. Sasa tabaka tawala halikutegemea moja kwa moja usaidizi wa wafuasi wao au maskini waliowategemea na kwa hivyo walizidi kutojali maoni au mahitaji yao. Wakiwa na hamasa ya mamlaka yaliyotiwa nguvu kutokana na nafasi zao walizoteuliwa aghalabu kimaisha – katika mfumo wa ukoloni – watumishi wengi wa serikali pia walijifunza kudhibiti vilivyo mbinu hizi mpya za kirasimu kwa manufaa yao. Katika nyimbo za Siti binti Saad, yalikuwa masikitiko kwa watu maskini kutoweza kudhibiti uwezo wa watumishi wa serikali ya ukoloni, kama ilivyochukuliwa kuwa tofauti za kitabaka zinaendelea kurasimishwa kupitia utawala wa kikoloni wa Uingereza. Wanasiasa wa kila aina, ama awe mmoja wa tabaka la juu au mrasimu aliyeteuliwa, walichukuliwa kama watu wanaoendelea kujitenga na pia kutojishughulisha na matatizo ya watu wa kawaida. Ingawa wengi wa wale walioishi Ng'ambo walitengwa kushiriki kwenye mijadala rasmi ya baraza la uundaji sera, nyimbo hizi zinafichua kushiriki kwao kwa kila siku katika mijadala ya kisiasa ya umma. Bendi na wale waliochangia katika kubuni na kutathmini nyimbo hawakulalamikia tu kuhusu matumizi mabaya ya mamlaka, bali waliyakemea na, katika hali hiyo labda, waliyadhibiti pia.

Kuhusu rafiki wengi wa Siti wa kutoka kwenye tabaka la juu, mialiko iliyopewa bendi ya kuwatumbuiza watu wa tabaka la juu – ambako aghalabu walipata ujira mkubwa kwa jioni moja kuliko ule ambao mfanyakazi alipata kwa mwaka mmoja – ilijenga uhalisi wa uwezo wa kiuchumi wa enzi hiyo. Kulingana na Jahadhmy, hao walialikwa kuwaburudisha Sultan Khalifa, Chief Minister Seyyid Hamad, na walichukuliwa hadi Mombasa kuigiza kwenye arusi walipoburudisha na burodishiwa kwa siku kumi na nne. Wamewapigia Waingereza na wakuu wa Tanga pia, na inavyosemekana na Jahadhmy matunzo yao kwa siku moja yalikuwa sawa na mshahara wa kibarua kwa miezi kadhaa.

Kama zinavyopendekeza mada ndogo katika maandishi ya utamaduni tawala yaliyomsifu Siti kama kigezo cha uwezekano hai mwanzoni mwa karne, hata hivyo, kwamba rafikize Siti wasio na elimu walielewa pia kuwa mafanikio ya kifedha kwa watu maskini hayakuandamana kila mara na mwambatano wa upandaji cheo. Ukusanyaji upya wa mialiko ya bendi katika vyumba vya ndani vya kasri aghalabu ulishirikisha hadithi za dhihaka mbele ya tabaka tawala. Moja ya ngano maarufu katika maisha haya inarejelea kisa katika kasri la Sultani, ambapo baada ya mawasilisho mbele ya familia ya kifahari na wageni wake, Siti na bendi yake walipewa dhifa kubwa ya chakula na kinywaji. Badala ya kuruhusiwa kufurahia chakula walicholetewa kama binadamu wengine waliostaarabika, inasimuliwa kuwa waliamrishwa na Sultani Seyyid Khalifa na mke wake Bibi Matuka kuwa kama wanyama, kurushiana chakula na kujipaka vitu walivyoletewa. Kulingana na hekaya za mjini bendi haingehimili mashinikizo, kikawa kiburudisho kikubwa kwa wageni wa tabaka la juu.[46]

Ingawa wanabendi walihisi kuwa walikuwa na udharura wa kupata msaada, Mwaalim Shaaban alitunga wimbo ufuatao, unaojulikana kama "Kigalawa" ambao waliuimba kasrini katika matembezi yao yaliyofuatia. Tungo za Shaaban zilificha kimakusudi dhamira ya mwandishi kutoka kwa Sultani, ilhali bendi iliweka wazi dhamira yao katika kutunga wimbo huo. Katika ufafanuzi unaoambatana na toleo la tungo zilizochapishwa na zisizokuwa dhahiri lakini changamano kwa wimbo huu, Mwalimu Shaaban aliashiria kwamba nia yake ilikuwa kudokeza kuwa maskini na wanyonge, ingawa walitegemea tajiri ili kuishi, walikuwa bila shaka binadamu waliohitaji hadhi na heshima.[47] Nyimbo hizo hazikuwa na marejeleo ya moja kwa moja kwenye tukio la sehemu ile, na mistari mingi haikueleweka. Hivyo basi hadhira ya kifahari ilihimizwa kutozingatia dhamira za waimbaji wa bendi na badala yake kubarizi na kufurahia wizani wa muziki huo. Baadhi ya mistari ya wimbo huo ni kama ifuatavyo:

Kigalawa sawa sawa na chombo x2
Baharini huenda mirengo mirengo
Sivuwani shuka ya sitiri mambo

Kigalawa kumbe kina vitu ndani x2
Unitweke hata kwa mwinye Husseni
Japo moto sinitia kisimani
Kigalawa ulete mali kapuni
Ni ijara takupa nusu pauni
Yangu ya mkufu upate kuweka poni x2

Kapekue nilichokifia nawe
Asante kuche nilichokifianawe
Uje kwangu ununue sijilize
Umejipiga mwenyewe, umejipiga mwenyewe
Kibwagizo:
Sipekuze kikazi hiki si chao x2
Sikopeshi nakopesha walipao
Sijilipi naliwaza waliao.

Ngano kama zile za "Kigalawa" zinaonyesha mengi kuhusu fahamu maarufu za historia ya Zanzibar wakati wa ukomeshaji wa utumwa kama wafanyavyo kuhusu bendi yao yenyewe. Kwa kuzingatia ukweli kuwa bendi iliendelea kuwatumbuiza Seyyid Khalifa na Bibi Matuka kwa miaka mingi, kwamba walirekodi tungo kadhaa za kuonyesha shukrani kwa Sultani, na kwamba walikuwa na wakala wa kwanza wa HMV aliyehusika na kandarasi ya kurekodi kwao kwa mara ya kwanza katika kasri la Sultani, inaweza kukisiwa kwamba haikuwezekana wao kuamrishwa na Sultani na mkewe kujifanya kama wanyama. Hata kama jambo hilo lilitokea au la, kwa wale waliosikia kisa hicho inaelekea kwamba palikuwa na hali fulani ya uwezekano kutendeka.

Ngano kuhusu "Kigalawa" ilikuwa ni sehemu iliyokubalika ya mitagusano ya kimamlaka baina ya tabaka tawala na watu wa kawaida wa visiwani katika karne ya ishirini, na ilifanywa maarufu zaidi katika machapisho ya kimaandishi baada ya mapinduzi. Katika karne ya ishirini mapema, wanafamilia ya kifahari walikuwa na mahusiano makubwa ya kirafiki na Waingereza kwa mamlaka na hadhi yao kuliko walivyohusiana na wenyeji maskini wa Zanzibar. Tuhuma za Sultani za kumwamrisha Siti kujifanya kama tumbili katika maeneo ya umma, hivyo basi kuligeuka kuwa msemo wa kisiasa katika nchi lindwa; msemo uliozungumziwa katika historia za taarabu baada ya mapinduzi kwa uwezo wake wa kuashiria madharau ambayo watu wa kawaida walichukulia kwamba yalitokana na wanamamlaka ya matajiri walioishi katika Mji Mkongwe. Kuwepo kwa hiari moja za kiuchumi na kitamaduni – yakiwemo mawasilisho ya taarabu – zilitoa nafasi za kunawirika kiuchumi kwa watu maskini ingawa uwezekano huo ulibaki kuwa hali tata zaidi za kijamii. Huenda mamlaka yaliyorasimishwa yaliipiku familia ya kifahari, lakini haikuwa pana kuhusisha wengi walioishi Ng'ambo, kama unavyopendekeza wimbo wa "Kigalawa" na nyimbo nyingi za bendi. Kule kupata mwanya wa kuingia katika vyumba vya ndani vya kasri pekee hakukuwa na maana kwamba mtu angepewa hadhi na heshima akiwa humo.

Hata hivyo, hadithi zinazouzunguka wimbo wa "Kigalawa" zinadhihirisha kuwa dhana nyinginezo za mahusiano ya kijamii baina ya wenye nguvu na wanyonge yaliyoanzishwa katika karne inayotangulia (ya kumi na tisa) yalisalia kuwepo katika karne ya ishirini. Watu maskini waliendelea kutegemea uwezo mkubwa wa kifedha wa watu tajiri katika maisha yao. Kama alivyodai Shaaban, "Sitajishughulisha zaidi kama kuku kwa kipande hiki kidogo cha kazi", bendi iliendelea kumtumbuiza Sultani na mkewe, Bibi Matuka, takriban kila wiki. Ilivyokisiwa, pesa taslimu zilizopokelewa kutokana na mawasiliano yao na sifa walizopata kutoka kwa wenzi wao kutokana na uwezo wao mkubwa wa kukutana na Sultani vilitosha kuwa dhihirisho la sherehe. Kama katika mahusiano mengi yaliyo na msingi wa kimamlaka na kujidunisha, bendi haijawahi pia kumkabili Sultani Seyyid Khalifa kuhusu makosa yake. Badala yake wanabendi walihitaji kumrekebisha kwa njia zilizofanana zaidi na tabia za Waswahili, yaani waliimba nyimbo za kudhihirisha usawa na kwa njia ya wazi kuzitilia mkazo hadhi zao za kibinafsi kupitia kwa maigizo. Walizungumza na kuzungumza kwa sauti za juu kuhusu walivyochukuliwa kwa namna ya unyama, na kwa kufanya hivyo waliharibu hadhi ya Sultani vibaya zaidi kuliko walivyoharibu yao. Walimshtumu Sultani bila ya yeye kujua, ambapo malilio yao yaliyagonga masikio ya wasikilizaji wao, hivyo kuleta aibu katika utawala dume wa visiwani na kwa wakati huo, kuilinda bendi dhidi ya kuadhibiwa. Bendi ingekabiliwa na Sultani kuhusu uvumi unaoenea kuhusu dhamira au maana ya wimbo, basi wangeeleza kuwa maneno yao yalitafsiriwa visivyo.

Kukataa uvumi huo hakungehatarisha kwa namna yoyote ridhaa waliopata kutokana na kumfanya Sultani afahamu kuwa hadhi yake ilikuwa imetiwa doa, kivyovyote vile hiyo ndiyo iliyokuwa dhamira yao. Uwezo wa umbeya kuthibitisha au kutia dosari msimamo wa kiongozi ulielweka vizuri. Umbeya, au tishio lake, ni kitu walichotumia watu kwa muda mrefu kuelekeza tabia za viongozi. Watumwa na wahudumiwa wa karne ya kumi na tisa hawangethubutu kuwakabili watawala wao moja kwa moja, lakini katika jamii ambayo uwezo wa kifamilia na kibinafsi ulijitegemeza zaidi kwa siasa za udhalilishaji, manung'uniko ya kutoridhika kungelemaza msimamo wa mtu kama muungwana mwadilifu na mkarimu.[48] Watumwa pia walileta ukosaji wao kupitia kwa nyimbo za kazi zilizodhihaki wakuu wadhulumivu au zilizoadhimisha ushindi wa wanyonge juu ya wenye nguvu. Siti na bendi yake waliamsha utamaduni huu wa umbeya, uvumi na wimbo, huku wakitia nguvu umadhubuti wake kwa kufichua siri za wenye madaraka kupitia kwa mashairi na melodia zinazovutia ambazo watu hawangekuwa na budi ila kuzirudia.

Mfano wa hali moja fulani ya Siti Bint Saad iliyofanikiwa zaidi katika matumizi ya nyimbo ni katika wimbo "Wala hapana hasara" ambao ulitumika kuadhimisha kuanguka kwa mhudumu fisadi wa serikali ya ukoloni na kufukuzwa kwake hadi kwenye machimbo ya miamba ya mji kufanya kazi ngumu. Wimbo huo ulivutia sana na mada yake ilifaa kwa wakati huo hivi kwamba maneno na melodia ilienea kwa sifa mjini kote kama moto unaochoma kwa wiki kadhaa bila kikomo. Tungo hizo zilitoa thibitisho kuhusu Bwana Mselem, mmiliki tajiri wa ardhi na mhudumu fisadi katika serikali ya ukoloni wa Zanzibar Town ambaye alitwezwa sana na watu walioishi Ng'ambo kwa tabia yake ya kutumia ofisi kuwadanganya maskini. Mselem alilaumiwa na watu wa Ng'ambo kwa kuhifadhi seti mbili za vitabu na kutumia uwezo wake wa kimaandishi kuwalaghai wasiosoma mali yao. Dharau kwa Bwana Mselem zilishamiri hadi kukawa na wasiwasi mwaka 1928, ilipogunduliwa kuwa alikuwa mmoja wa watoa habari wakuu katika serikali dhidi ya wale waliohusika katika mgomo wa kulipa kodi ya ardhi. Mgomo huu, ulioanza wakati wa Ramadhani (Februari na Machi) ya 1928, ulihusisha takriban 100% ya wakaazi 8000 wa Ng'ambo waliokataa majaribio ya mabepari na utawala wa Uingereza kuidai ardhi iliyojengewa makazi yao. Baadhi ya waliogoma kulipa walifukuzwa nyumbani mwao na serikali ya ukoloni, na wengine walipelekwa mahakamani au kufungwa jela. Wakaazi wa Ng'ambo walikataa kukaa kimya, na kwa zaidi ya mwaka mamia ya watu walikutana kila wiki na kufanya maandamano mengi hadi Sultani kuomba msaada wake. Pia, kila mara waliogoma walipopelekwa mahakamani au jela mamia ya watu waliwatetea na kuwaondoa mikononi mwa serikali. Mwishoni serikali na mabepari walishindwa. Kodi ya ardhi na ya nyumba haikuwekwa mpaka baada ya nchi kupata uhuru.[49]

Ilifahamika wazi kwa watu wa Ng'ambo kuwa Mselem alitumia vibaya mamlaka katika afisi yake kujitajirisha binafsi kwa kuwalagai maskini mali yao na kushinikiza kupewa hongo. Mamlaka ya kikoloni yaliyomteua Mselem kwa nafasi hiyo yalionekana kutojali kuhusu matendo hayo yake. Mwishowe, hata hivyo, Mselem alitiwa mbaroni na wakuu wake wa Kiingereza baada ya kubadhirisha pesa kutoka kwa akaunti za ofisi ili kudhamini harusi ya bintiye. Kama karani wa kiarabu, mwenye mamlaka makubwa, Mselem alihisi kwamba alihitaji kudhihirisha utajiri na madaraka yake wakati wa harusi ya bintiye. Kama zilivyokuwa sherehe za waungwana wengine katika enzi hiyo, tafrija aliyoifanya Mselem ilidumu zaidi ya wiki moja. Vyakula na burudani vilikuwepo kwa wingi. Kihakika inakisiwa kuwa Mselem aliamrisha kila bendi na ngoma katika Zanzibar itoe matumbuizo kwenye harusi, la si hivyo ipigwe marufuku ya kuimba katika mji uliokuwa chini ya ulinzi wake. Mselem hakutumia tu mamlaka ya nafasi yake teule kuwaamrisha waimbaji, bali pia alitumia pesa za akaunti ya afisi kuyalipa madeni yaliyopatikana harusini. Baadaye alitiwa mbaroni, na kuamrishwa kufanya kazi ngumu katika machimbo ya mawe ya mjini, na pia kuaibishwa pakubwa na wimbo ufuatao uliotungwa na Siti katika kuyatukuza mauti yake. Wimbo huu ulikuwa maarufu mno hivi kwamba kanga iliandikwa "Jiwe la Mselem" ili kuadhimisha zaidi adhabu ya Mselem. Kanga hiyo ilikuwa nyeupe, manjano, na kahawia na ilisheheni picha ya Bwana Mselem akiwa amebeba jiwe kichwani kwake. Inakisiwa kwamba ilikuwa moja katika kanga maarufu zaidi iliyobuniwa katika enzi hiyo, huku ikiuzwa vizuri si tu Zanzibar bali pia katika pwani nzima ya Uswahilini, ambako jamii nyingi zilikuwa na matatizo kama hayo ya kudhulumiwa chini ya makarani walioteuliwa na Waingereza.

Wala hapana hasara

Wala hapana nasaba mimi uladi fulani
Neno kama dharuba launguza kifuani
Jina lake wewe baba na jiwe liko kichwani
Na jiwe liko kichwani...

Wacheni yenu dhuluma kunyang'anya maskini
Hasa wasiyosema wajinga wa ujingani
Kalamu yao daima ni wino wa kidoleni
Ni wino wa kidoleni...

Haifai udokozi kuiba serekalini
Mabuku yao ya wazi moja moja la saini
Neno la mwaka juzi huingiya pekesheni
Huingiya pekesheni...

Jamaa msihadaike hayo yangu yashikeni
Tanbihi muiweke isiwatoke rohoni
Kwa kidogo mtosheke haki yenu makarani
Haki yenu makarani...

Ujuzi wa kusoma na kuandika ulitumika kuwalaghai wasiosoma – au "wajinga wa ujinga" ambao walipaswa kuweka alama za vidole gumba vyao badala ya sahihi kwenye stakabadhi ambazo hawangeweza kusoma – lilikuwa lalamiko la kawaida la maskini wakati wa miaka 1920 na 1930 katika Zanzibar. Stakabadhi za maandishi zilianza kwa haraka kuwakilisha makubaliano ya kibinafsi kama msingi wa makubaliano mengi ya kisheria na kibiashara. Lakini hadi mwaka 1948 ni watu elfu kumi na watano pekee (asilimia 5 ya idadi ya watu wa Unguja na Pemba), hasa wanaume, walikuwa wamehudhuria ama shule ya kiserikali au ya kimisheni, ambako wangesoma angalau misingi ya kusoma na kuandika katika hati ya kirumi.[50] Idadi kubwa ya watu wa visiwani bila shaka ilikuwa tatizo wakati wa kujadili na kufasiri stakabadhi andishi. Kufikia miaka ya 1920 na 1930 wale wasio na elimu walijipata kortini wakishindania kufasiri kandarasi ya kimaandishi ambayo tafsiri yake simulizi ilikuwa tofauti sana na ile iliyoandikwa.[51]

Kulingana na kasi ambayo tamaa ya watumishi wa serikali na kutumia vibaya kwa afisi ya kisiasa kuendeleza matakwa yao ya kibinafsi kulitumika kama mada za nyimbo za bendi, mtu angehitimisha kwa kusema kuwa dhuluma kama hizo hazikuwa za kipekee kwa Bwana Mselem. Ubeti kutoka kwa wimbo mwingine wa bendi uliosema, "Usiweke tamaa mbele," ulionya,

Tamaa wee tamaa si kitu chema
Mara huja pinduka, tamaa si kitu chema

Ni heri kuiepuka mali mengi hasama
Ukiwa huna aa, aa pakuyapata
Akupendae daima mwishowee kumwepuka
Kwepuka, kwepuka, kwepuka, mwisho ee kwepuka
Tamaa siweke mbele, utumaini kwa kifu, utumaini kwa kifu

Onyo la bendi kwamba tamaa haikuwa nzuri na kwamba mwishowe ingeleta maangamizi, ndiyo mada ya nyimbo nyingine maarufu za Siti. Kama Mselem, Mohamed Said alipatikana akiiba pesa katika akaunti alizozisimamia. Akiwa na ufahamu mpana wa utaratibu wa kisheria kuliko wazanzibari wengi, Mohamed Said aliajiri wanasheria wawili kutoka Nairobi, makao makuu ya mahakama ya Uingereza katika Afrika Mashariki ili kuujenga utetezi wake. Katika wimbo huu Siti na hadhira yake wanazicheka juhudi za mshtakiwa zisizozaa matunda za kutumia hukumu ya kisheria kumpendelea na kuukubali ukweli kwamba mhudumu mwingine wa serikali na mwenye tamaa amefungiwa kwenye jela.

Ela kafa ndugu zangu

Ela kafa ndugu zangu wa shamba hata mjini
Mwenye kazi za mzungu mailiki wa duniyani
Roho mzipige rungu cha mtu msitamani
Msitamani...

Msicheze na Hakimu ahukumuye mezani
Bure mtajidhulumu kwa ajili kitu duni
Na haya mwayafahamu, jiti la ncha jichoni
Jiti la ncha jichoni...

Wala haifai wakili aliyesoma Landani
Bure ataila mali upelekwe gerezani
Aikaze suruwali akimbiliye nyumbani
Akimbiliye nyumbani...

Msishikwe na tamaa kama ipo rufaani
Hiyo niya hadaa mjitiye mitegoni
Halipo la manufaa ikishapita saini
Ikishapita saini...

Ingawa wale walioishi Ng'ambo walijichukulia wenyewe kama wasio na uwezo wa kushindana na utawala teule wa makarani wa kiarabu kama Bwana Mselem au Mohamed Said, walichangamkia nyakati hizo nadra ambazo korti ziliwashtaki watu tajiri waliofanya uhalifu. Maskini pia walitumia uwezo wao, ukiwemo uvumi na nyimbo, pasi na kujali kwamba watashtakiwa, kuufanya utambuzi wao kuwa maarufu ya kwamba waliyofanya watu hao hayakuwa ya kupendeza. Wakati wote ambao wimbo huo ulirudiwa na labda Siti au mwanamke mwosha nguo, au mvuasamaki anayelikokota windo lake, vibadala vya mtagusano tawala wa kikoloni wa huduma adilifu na isiyo ya kibinafsi ya Warasimu viliendelea kuongezeka. Watu wa kawaida wa Zanzibar walikuwa wanaelewa fika kuhusu zile njia ambazo nguvu za kisiasa zilikuwa zikitumika vibaya kwa hasara ya watu waliokuwa wakidhulumiwa, ingawa mistari kama vile, "Wacheni yenu dhuluma ya kunyang'anya maskini", walitoa kauli ya kwamba hali iweze kubadilika. Mselem alitiwa adabu na serikali tu baada ya kupatikana akiiba serikali, lakini katika wimbo, bendi inaweka wazi kwamba wizi haufai na kuwa wabadhirifu wa pesa wanapaswa kuadhibiwa bila kujali iwapo mali imeibwa kutoka kwa serikali au kutoka kwa "wajinga wa ujingani." Desturi ya wahudumu wa serikali ya kujitajirisha kwa pesa za umma ina mizizi mirefu ya kihistoria. Lakini badala ya kuhiari kupuuza matendo kama hayo, bendi iliamua kuyafanya masuala ya kisiasa ya umma. Kupitia kwa muziki, bendi haikukuza tu ufahamu wa kisiasa, bali pia ilichangia kuimarisha ujasiri wa wale waliokuwa wakidhoofika kuhusiana na masuala ya kisheria. Mitindo mbalimbali ya utamaduni maarufu, kuanzia kwa kanga kama vile "Jiwe la Mselem" hadi kwa nyimbo na mizaha, iliwaruhusu maskini na wale waliokisiwa kuwa wanyonge kuadibu na kuwafanyia hekaya za kijanja za Abunuwas, mhusika maarufu katika ngano za Kiswahili, wakaazi wa Ng'ambo walitumia werevu na hisia zao za kiutu kukabiliana na wale waliokuwa majabari. Bendi ilijenga uwiano wa wazi kati ya kiini cha ujumbe wa muziki wao na ngano za Abunuwas. Mwalimu Shaaban pia alizibadilisha ngano chache za Abunuwas na kuzifanya kuwa shairi na hata muziki. Ikiwemo moja ambapo mlinzi fulani wa Sultani – mwenye tamaa – alilaghaiwa na Abunuwas kwa kupewa mapigo hamsini ya mijeledi badala ya hongo aliyotaka kupewa. Ingawa maskini na wasiojua kusoma na kuandika aghalabu hawakufanikiwa kushinda vitani dhidi ya wale waliowashinda nguvu, waliufanya maarufu, kuuadhimisha na kuuimbia ushindi wao adimu uliotokea.

SURA YA SABA

Suala la Jinsia na Mahakama za Ukoloni

Nyakati ambazo uamuzi wa korti ulienda sambamba na ufahamu wa maskini kuhusu haki zilikuwa nadra wakati wa ukoloni katika Zanzibar. Kesi za kortini zilionekana kama mada tawala kwenye muziki wa bendi hiyo, lakini nyimbo kama zile zilizomhusu Mselem na Said, ambazo zilifanana na maamuzi ya hakimu, hazikuwa za kawaida kama yalivyokuwa nadra mashtaka ya watu tajiri na wenye madaraka. Nyimbo zilizokuwa maarufu zaidi zilikuwa zile zilizohakiki kwa kudhihaki, mfumo na tafsiri mbadala za haki. Miaka ya 1910 na 1920 ilikuwa miongo muhimu ya uundaji na urasimishaji wa sheria ya ukoloni kwenye visiwa. Kama zilivyopendekeza habari za ghafla za mahakama kuu mwaka wa 1928, hata hivyo, wakaazi wa Ng'ambo hawakuukubalia uhalali wa fafanuzi za sheria na amani. Mitagusano mbadala ya haki ilisambazwa kwingi katika Ng'ambo na muziki wa bendi ulitoa baraza muhimu la kuelezea na kueneza ufahamu huu mbadala.

Mazoezi na mawasiliano yaliyofanywa nyumbani kwa Siti yalileta mijadala ya kijumuiya ya karibu kila siku kuhusu haki na sheria ya ukoloni. Hatua zilizochukuliwa wakati wa mgomo wa kukataa kulipa kodi pia ziliweka wazi bila dukuduku lolote kwamba wanaume na wanawake wa Ng'ambo hawakuogopa kuyaweka mazungumzo yao katika vitendo. Maamuzi ya kisheria yaliyozunguka ulipaji kodi wa ardhi na kuwafukuza wapangaji hayakuwa masuala ya kipekee waliyokinzana nayo wakaazi wa Ng'ambo. Jambo lililokuwa na uhusiano nayo ni upendeleo uliokisiwa wa kitabaka kwa watu tajiri. Kama alivyosema mwanamume mmoja, "Ilikuwa ni kawaida maskini pekee kwenda katika jela. Matajiri wangemudu kutoa hongo na kutoka."[52] Kiitikio hicho ndicho kilichorudiwa katika nyimbo nyingi za bendi.

Nyimbo nyingi za bendi zinadakuliza matumizi ya sheria kurasimisha zaidi tofauti za kijinsia, au mamlaka ya wanamume juu ya wanawake. Bila shaka wanaume na wanawake maskini wakizozana wenyewe kwa wenyewe kuhusu masuala ya kijinsia, madaraka na mali, lakini mapokezi ya muziki wa bendi hiyo na nafasi yake katika kumbukumbu za wazee wengi yalipendekeza kuwa kulikuwa na usambazi wa kiasi kwamba mabadiliko ya kisheria yaliyoanzishwa chini ya ukoloni yalipandisha zaidi nguvu ya watu tajiri wa visiwani kwa hasara ya kila mmoja. Vile vile ilikuwa sio Siti pekee aliyeimbia haki sawa kwa wanawake na maskini, ila nyimbo nyingi zilizotungwa na wenzake wanamume walidai haki za wanawake pia. Dhana kama hizo hazikuwa za kipekee kwa Zanzibar. Katika enzi za ukoloni, wanawake na watu maskini waliendelea kutengwa kutoka kwa korti za kidini, kimila, na zile za serikali katika koloni zote za Kiingereza barani Afrika.[53]

Wimbo "Pilisi Wamesita", uliotungwa na Mbaruku, ni wimbo mmoja ambao unakosoa mapendeleo ya kitabaka na kijinsia waliopewa wanaume tajiri katika mfumo wa mahakama ya kikoloni. Kwenye wimbo huo, Mbaruku anathibitisha kisa cha mwanamke aliyeuliwa na mumewe, mfanyabiashara tajiri na maarufu aliyefadhili biashara iliyovuma ya ujenzi mjini. Ingawa yupo shahidi aliyempata mtuhumiwa akitekeleza uovu huo, mshtakiwa alidai kuwa shahidi huyo alihamasishwa sana kutoa ushahidi kwa nia yake ya kulemaza biashara ya mshtakiwa. Suala la uaminifu wa shahidi mkuu, pamoja na ukosefu wa serikali wa kutoa silaha aliyotumia kuua, lilizuia kushtakiwa kwa tajiri huyo katika korti ya ukoloni ya uhalifu. Baraza la mahakama kule Ng'ambo, hata hivyo, lilifikia uamuzi tofauti na kudai kuwa mshtakiwa afungwe jela.

Pilisi wamesita

Pilisi mesita aawe kukutu
Amekukamata ewe mwanakwetu
Mahaba waitwa umeuwa mtu
Umeuwa mtu...

Ungepitapita umebwaga zani
Hakika matata yanawe mwandani
Mahaba waitwa wende gerezani
Wende gerezani...

Ungejizuzua upate muradi
Mwenzangu beluwa imeshakubidi

Mahaba yauwa nami ni shahidi
Nami ni shahidi...

Nataka radidi enyi walimwengu
I wapo hadidi mikononi mwangu
Huyu si shahidi ni hasimu yangu

Wimbo "Kijiti" uliotungwa na kuwasilishwa na Siti, ni wimbo mwingine ambao unahoji kwa wazi "haki" katika mfumo wa sheria wa ukoloni. Wimbo huu unahusisha kisa cha mwanamke kutoka Dar es Salaam aliyeenda Zanzibar kuwatembelea rafikize walioishi kule Ng'ambo. Alialikwa na jirani fulani wa kike kwenda ngomani kijijini lakini baadaye alinajisiwa, akateswa na kisha kuuliwa na mmoja wa wanaume aliyeitwa Kijiti kutoka gengeni. Muuaji aliwatoroka askari na kwenda kujificha. Wanawake walioandaa karamu hiyo na kuwapa watu pombe wakati wa sherehe hiyo walipatikana na hatia ya kifo cha mwanamke huyo baada ya kutoa ushahidi dhidi ya Kijiti. Katika mishororo ya mwisho ya shairi, Siti anamwomba Mungu ailete haki itakayokubalika.

Kijiti

Tazameni tazameni alivyofanya Kijiti
Kumchukua mgeni kumchezesha foliti
Kendanae maguguni kumrejesha maiti

Tuliondoka nyumbani hatukuaga ruhusa
Na tende yetu kapuni tumechukua kabisa
Magoma yako Chukwani mauti Sharifmsa

Kijiti alinambia ondoka mama twenende
Laiti ningelijua ningekataa nisende
Kijiti unaniuwa kwa pegi moja ya tende

Jaji alikasirika kitini alipoketi
Kasema bila lifuli mashihidi wa Kijiti
Tuwafunga Sumaili na K binti Subeiti

Mambo haya ni ajabu kila tukiyatizama
Kijiti kauwa mtu na tumboni mna mwana
Kijiti kavuka mto mashahidi wamezama

Kijiti nakuusia Dar es Salaam usiende
Utamkuta kibabu kakuvulia kiwembe
Watu wanakuapiza Mola akupe matende

Wanaume na wanawake kule Ng'ambo walishtushwa na matendo ya Kijiti na pia uamuzi wa hakimu wa kumpata Sumaili na binti Subeiti wakiwa na makosa ya uhalifu. Wale mashahidi wa kike wangehusikaje katika mauaji kwa sababu tu waliiandaa karamu na kuleta pombe? Kuwashtaki kwa kukiuka sheria ya kutumia pombe kungeeleweka, lakini kuwashtaki kwa mauaji ya mwenzi wao hakungeeleweka. Maoni ya umma, ambayo yalirudiwa katika wimbo wa Siti, yalieleza kuwa mwathiriwa alikuwa akilaumiwa kwa uhalifu. Pia walifikiri kuwa utawala usio makini pamoja na askari wake walimwacha atoroke aliyekuwa amemnajisi na kumwua mwanamke huyo.

Adhabu ya Sumaili na binti Subeiti ilielekea kuwa na mtindo fulani sawa, ambapo mahakimu wa Kiingereza na wahudumu wengine wa utawala huo walitaka kuadibu na kuadhibu wanawake wa visiwani kwa kunywa pombe, "kukosa adabu" na kuwa "kama wanawake wanaojianika hadharani" na kuzifedhehesha aila zao au jamii kwa jumla.[54] Mara nyingi katika kesi hizo, familia na marafiki wa washtakiwa hao wa kike walitoa ushahidi kwa niaba yao na walitoa hoja ya kuthibitisha kwamba makosa hayo hayakupasa adhabu au lawama za kimahakama. Lakini walidai kwa ajili kuwa wanaume wa visiwani walikuwa wameregea katika kuwadhibiti wake zao, na hivyo basi lilikuwa "jukumu" la Waingereza kuwakemea wanawake kwa "tabia zao pujufu." Makaripio kama hayo yalitolewa mara nyingi kwa wanawake kutoka familia za tabaka la juu – hasa Masuria na binti zao katika ukoo wa al-Busaidi – lakini kama ngano kuhusu Kijiti inavyodai, lawama za kimahakama kuhusu tabia za wanawake hazikujali mipaka ya kitabaka.

Hizi na nyimbo nyinginezo zinadhihirisha pingamizi za jamii kwa matendo haya, ukiwemo mwelekeo wa korti wa kuwalaumu wanawake kwa maovu yaliyowapata hasa ikiwa kesi ilihusisha unajisi au unywaji pombe (au yote mawili). "Kijiti" na "Pilisi Wamesita" pia zinapendekeza kuwa ijapokuwa vurugu dhidi ya wanawake lilitendeka, na kwamba aghalabu wahusika walitoroka bila kuadhibiwa kisheria, halikuwa jambo lililovumiliwa kirahisi na watu maskini wa Zanzibar. Jamii ilitarajia kwamba wanaume watesaji watawajibikia matendo yao na itatoa (jamii) malalamishi ikiwa matarajio yao hayakutimizwa.

Mashambulizi dhidi ya wanawake yalishughulikiwa kijumla na korti kama sio kitu kikubwa na kama sio kazi ya korti kuwalinda wanawake na mashambulizi ya wanaume. Ulipotokea unajisi, wanawake walilaumiwa mara nyingi na hakimu wa Kiingereza kwa "kuyaomba" majanga yaliyowapata. Katika kesi moja halisi ambapo kijana wa kiume alipatikana na kosa la kufanya ngono na msichana ambaye alikuwa hajabaleghe, ambapo msichana alidai kuwa tukio hilo lilitendeka bila hiari yake, hakimu alitoa uamuzi, "ikiwa yeyote kwa hao wawili... watadhihirisha kama watu walio na mielekeo ya kuishi bila maadili basi ni msichana mwenyewe... [yeye] hana maadili. Aghalabu anarandaranda kila usiku. Ukweli kwamba ana upujufu wa maadili kunajenga uwezekano kwamba mshtakiwa alifanya ngono na yeye." Ingawa alidai kuwa kulikuwa na mashahidi wengi walioona akitekwa nyara, akienda nyumbani baada ya kuhudhuria ngoma, hakuna yeyote kati ya mashahidi hawa aliyeitwa mbele ya korti. Badala ya kulenga unajisi, kesi hiyo ilijikita kwenye ulezi na hususan kupuuzwa kutoka upande wa mama. Mamake msichana alikuwa ameenda kondeni kwake kule mashambani, kama walivyofanya wanawake wengi wakati huu. Kamwacha bintiye, wa miaka kumi na miwili, mjini na kamwambia aliweza kushinda na kulala ama na babake, aliyefanya kazi ya polisi na aliyekaa Ziwani, au angeweza kukaa kwa halo wake, anavyotaka. Hakimu aliamua kuwa "hakuwa chini ya ulinzi wa yeyote. Alilala popote alipotaka. Ikiwa hakuna ulinzi, haiwezekani kutekwa nyara kutoka kwa rumande." Katika kesi nzima aghalabu jaji alijikita mno katika ukweli kwamba msichana alikuwa "ametelekezwa" na mama yake kuliko inavyodaiwa kuwa alikuwa amekokotwa na washambulizi wake kwa lazima hadi nyumbani kisha akanajisiwa. Kijana huyo wa kiume alipatikana na hatia ya kushiriki ngono lakini si unajisi. Alipewa adhabu ya kuchapwa mapigo kumi kwa ufito mwepesi kisha kuachiliwa. Mwathiriwa hata hivyo aliwekwa chini ya uangalizi wa korti kwa ukosefu wa maadili, na mamake alipewa lawama na hakimu kwa kutomlinda ipasavyo binti yake na kapigwa faini. Uamuzi huu ulifanana na ule uliotolewa katika mahakama za kikoloni ambapo mahakimu

45

wa Kiingereza walipania kila mara kushadidia mifumo ya kibabedume na kuhakikisha kuwa wanawake daima "walidhibitiwa" na wanaume katika enzi za ukoloni wa Zanzibar. Msichana huyo na mamake walileta kesi ya unajisi, lakini mahakamani ilikuwa wao ndio waliohakimiwa, siyo mwanamume aliyefanya dhambi. Wanaume waliofikishwa kortini kwa dhuluma za kinyumbani, mashambulizi, au unajisi waliachiwa mara nyingi na hukumu ambayo walalamishi wa kike hawakuona kama ni haki.

Katika enzi za ukoloni wanawake walihisi kuondolewa haki zao za kumiliki mali kama walivyokuwa wamehakikishwa na sheria ya kiislamu, zikiwa njia mojawapo za kukuza utawala wa wanaume.[55] Wanawake waislamu wa Zanzibar walimiliki na kudhibiti mali nyingi. Wanawake walimiliki majumba na biashara, wakawa wakopeshaji pesa, wakaweka mali rehani, na wakawa wasimamizi wa mashamba yao binafsi. Kuanzia miaka ya 1910 na kupata kasi katika miaka ya 1930, hata hivyo, watawala wa kiingereza, mahakimu, na majaji wa kiislamu walianza utaratibu wa kuifasiri upya sharia kama ilivyotumika visiwani kwa njia ambayo ilitilia mkazo wanaume kuwadhibiti wanawake na mali.

Mali ya wakfu iliyosimamiwa na wanawake hususan, iliwekewa mzozo katika korti. Wengi wa watu walioshiriki kwenye mgomo wa 1928 wa kutolipa kodi ya ardhi, walijenga makao yao katika eneo lililokuwa wakfu na lililosimamiwa na Bibi Khole Hamoud na dada yake Bibi Jokha Hamoud. Eneo hilo lilikuwa limefanywa kuwa wakfu na baba yao, Seyyid Hamoud bin Ahmed al-Busaidi mwaka wa 1877, ili wakaazi wake, watumwa wa kifamilia walioachwa huru, na watu maskini waishi hapo bila ya kulipa kodi. Kufikia 1914, wakfu huu ulikuwa moja ya wakfu mkubwa zaidi katika Ng'ambo, ukiwa na makao ya takriban watu 1000.

Bibi Khole Hamoud na Bibi Jokha wamekuwa wakisimamia wakfu tangu baba yao alipokufa, lakini mwaka wa 1915 Waingereza na Tume ya Wakfu iliyoongozwa na Waingereza ilianza juhudi za kipamoja za kuwapokonya Khole na Jokha wakfu huo. Moja katika mambo yaliyoleta kutoelewana ni kwamba wanawake hao walikataa katakata kuwatoza kodi walioishi hapo, kwa kuwa walikuwa na jukumu la kuendeleza wakfu na kuwalinda maskini walioishi kwenye eneo hilo. Baada ya miaka mitatu ya mzozano, Tume ya Wakfu ilichukua hatua dhidi ya wakfu huo na kuuondoa chini ya miliki yao, wakidai kuwa kukataa kwa wanawake hao kuchukua kodi kutoka kwa wakaazi wake kulidhihirisha wazi 'kutoweza kwao kusimamia mali'.[56]

Kuchomeka msumari wa moto kwenye kidonda, Tume haikujali kuwaeleza wanawake hao binafsi kuhusu hatua ambayo ilikuwa imechukua. Bibi Khole alipata kujua hayo tu alipokuwa akisoma Gazeti Rasmi. Bibi Khole na Bibi Jokha walikasirishwa kwa jambo hilo, hivyo kuwaomba Sultani na Mkaazi wa Kiingereza kurejelea wakfu huo katika ulinzi wao, ambapo ulirejeshwa, lakini kwa muda wa kiasi cha zaidi ya mwaka. Mwaka wa 1920, Tume ya Wakfu kwa mara nyingine iliichukua ardhi chini ya miliki yao na mara ikaanza kutoa kodi. Hata hivyo, Bibi Khole na Bibi Jokha walikuwa walezi waliojitolea kuwalinda maskini, kisha baadaye waliupeleka utawala huo kortini, ambako walishinda kesi. Baada ya muda mfupi, Tume ya Wakfu iliyoongozwa na Waingereza kwa mara nyingine iliinyakua hiyo mali. Mizozano hii iliendelea hadi 1922, na kuendelea hata baada ya Khole na Jokha kufa kisha akaiendeleza kesi mjukuu wa kike wa Seyyid Hamoud aliyeitwa Bibi Shawana, kwa kuipeleka kesi hiyo kwenye mahakama za Rufaa za Afrika Mashariki.[57]

Mapema miaka ya 1930, Tume ya Wakfu iliendeleza vita vyake dhidi ya haki za wanawake za kusimamia mali kwenye viwango vipya, huku ikitoa hukumu mbalimbali zilizodai kwamba kutoweza kwa wanawake kusali wakiwa kwenye ada zao za mwezi na baada ya kujifungua, pamoja na masharti ya kuvaa buibui, kuliwafanya wasiweze kabisa kuteuliwa kama mutawali (wasimamizi/watawala) wa mali ya wakfu. Huku Tume ya Wakfu iliyoongozwa na Uingereza ikifaulu kunyakua mali ya wanawake wenye idadi isiyojulikana katika mwaka 1934, wanawake wawili shupavu, wenye elimu kuhusu sheria na wenye uwezo wa kifedha wa kukata rufaa, walimenyana na Tume ya Wakfu ya Zanzibar hadi kwenye Mahakama za Rufaa za Afrika Mashariki huko Nairobi. Mahakama za Rufaa zilitoa uamuzi wa kuwapendelea wanawake hao, ikibainika wazi sababu za kijinsia pekee hazikutosha kumtenga mwanamke katika uteuzi wake wa kuwa mdhamini wa wakfu. Uamuzi wa mahakama ya rufaa uliegemea kwenye ukweli kwamba sharia ilieleza wazi kuwa wanawake hawangewekwa kando au kuchukuliwa kama wasioweza kusimamia mali peke yao kwa misingi ya jinsia yao. Uamuzi zaidi kwamba ushindani wa Tume ya Wakfu kuwa "Desturi za kiarabu katika Zanzibar" ziliwakataza wanawake kuteuliwa kuwa wasimamizi wa mali, ulikuwa hauna nguvu, kwa sababu kulikuwa na wanawake wengi katika Zanzibar, wengi wao wakiwa wamevaa buibui, na ambao walikuwa wamefanikiwa katika kusimamia maeneo makubwa ya makaazi.[58] Hata hivyo, hii ilikuwa miaka migumu kwa wanawake wa pwani waliojipata wakimenyana dhidi ya idadi kadhaa ya wasimamizi wa kiingereza na mahakimu waliokuwa na fikra zao potovu kuwa "mwanamke mwenyeji, mwenyewe akiwa mali, hawezi kumiliki mali."[59]

Matangazo ya kuwafafanua wanawake wa Kiislamu kama mali ya wanaume yalipewa utawala wa sheria ya ukoloni mwanzo mwaka 1897, wakati ambapo hususan masuria walinyimwa haki zao za kuwa huru chini ya sheria ya ukomeshaji wa utumwa. Katika miongo ya kwanza ya karne ya ishirini, mifumo ya kisheria ya Zanzibar ilifafanuliwa zaidi katika hali ambazo ziliendelea kuwawia vigumu hata wanawake huru kuwachana na waume wao. Kutokana na shinikizo kutoka kwa misheni mbalimbali za Kikristo katika Zanzibar, utawala ulijenga utowezekano wa wanawake wakristo kupewa talaka, hata kama wangekuwa wametoa ushahidi wa kutosha kwamba waume zao walikuwa wakiwapiga, wakiwatumia vibaya au kuwalaghai mali yao.[60] Wanawake wa kiislamu walikuwa afadhali kidogo. Haki za wanawake za kupewa talaka zililemazwa polepole baada ya Makadhi fulani kuanza kujihusisha. Sheria za Ibadhi na Shafi zinatofautiana kwa mitazamo mbalimbali kuhusu masuala ya ndoa na talaka, ilhali madhehebu hayo yote yanaitazama ndoa kama maafikiano baina ya mume na mke, ambapo yeyote aweza kuuvunja mkataba huo iwapo mmoja wao atashindwa kutekeleza makubaliano yaliyosheheniwa mkatabani. Mwanamke aliyepata dhuluma za kinyumbani, na ambaye ameachwa kwa zaidi ya miezi mitatu, ambaye mumewe ama amekataa au hawezi kumudu kumlinda yeye na wanawe kifedha, au ambaye mahitaji na matamanio yake ya kimapenzi hayakutimizwa na mumewe, kwa jumla ni mambo yanayoweza kumfanya awe na haki ya kutalikiwa. Licha ya hali kama hizi, wanawake aghalabu waliamrishwa na korti za kikoloni za Zanzibar kurejea kwa waume wao.

Mfano mmoja wa hali kama hii ambayo inadunisha hadhi ya kisheria ya wanawake kiwazi kabisa ni ile ya Mgeni binti Salim ambaye alikata rufaa ya uamuzi wa kadhi wa kumnyima talaka katika mahakama ya kiraia ya kiingereza mwaka wa 1913. Katika barua aliyomwandikia hakimu, Mgeni alielezea hali yake kama ifuatavyo:

> Nilikuwa nimeolewa kwa mume wangu kwa takriban miaka mitatu na katika kipindi hicho hakuwa akinilinda, ila mimi nimekuwa namlipia kila kitu. Kisha akaniomba nilinunue shamba lake, nami nikakataa. Kisha akaja na kakangu Mohamed (mlezi wa Mgeni baada ya wazazi wake kufa)... halafu yeye na wakili wa kiarabu waliungana pamoja na

kunifanya nilinunue shamba hilo ...kwa Rs 460. Kuna mtu aliyenitafsiria hati ya kumiliki ardhi na ikabainika kuwa ilikuwa hati ya kuweka rehani na wala sio ya kuuza. Nilipomuuliza mume wangu kwa nini alinighilibu, alitoa kisu nje akaniambia kuwa lau ningemwuliza tena, angeniua na kisha airithi mali yangu yote (yenye thamani ya Rs 10,000 (£666).[61]

Mgeni alitaka kupewa talaka yake kwa misingi kuwa mumewe alikuwa amepuuza jukumu lake la kumlinda, alimlaghai kwa kusudi Rs460, na kwamba alikuwa akimpiga. Hakutishia tu kumwua mara kadhaa bali pia alimlazimisha kushiriki na yeye ngono bila ya yeye kuridhia. Mwanzoni, Mgeni aliiwasilisha kesi hii kwa mahakama ya Hakimu wa Kiislamu, Sheikh Tahir. Ingawa sheria ya Kiibadhi inaruhusu korti kuivunja ndoa kunapotokea ukatili na dhuluma, badala ya kutoa talaka, Sheikh Tahir alimlazimisha Mgeni kurejea nyumbani kwa mumewe na kumpa "haki zote za unyumba." Mgeni bila shaka hakuuchangamkia uamuzi wa Sheikh, na hivyo alianza shughuli za kukata rufaa. Kwa jaribio lake la mwanzo, aliteta kuwa Sheikh Tahir hakumruhusu atoe malalamishi yake, na pia hakuwahi kumwita yeyote katika mashahidi wake. Mgeni hakumpenda wakili wake kwa sababu alionekana kuegemea upande wa mumewe kutoka mwanzo. Hii ilikuwa shida nyingine kubwa kwa wanawake kwa ajili wakati huo hamna mawakili wa kike na wanamume wengi hawakukubaliana na maombi ya wanawake kupewa talaka. Baada ya kufahamu kuwa hakupata msaada wowote wa kumfaa katika mahakama za Kiislamu, Mgeni alimkodisha wakili wa Kizungu ili kukata rufaa. Kwa mara nyingine pia hakufurahia. Badala ya kuomba apewe talaka, wakili huyo wa kizungu aliomba Mgeni apewe haki ya kutunzwa. "Wakili wangu anaelewa fika kwamba nilimweleza atoe pendekezo la talaka." Mgeni alisema, "Kisha nilimwambia aandikishe kusikilizwa tena kwa kesi lakini hakuna chochote kilitendeka... mimi ni mwanamke wa miaka kumi na sita sasa na sijui chochote kuhusu mahakama. Mheshimiwa, ninaomba kutendewa haki."[62]

Ombi la Mgeni kwa wakili wa kiingereza kujaribu kumlinda yeye na mali yake kunaweka wazi baadhi ya mifumo ya utendakazi katika mahakama za miaka ya 1910 na 1920. Waarabu wengi, wanaume na wanawake, walirithi mali mengi kutoka kwa baba zao tajiri waliofaidika na utumwa karne iliyopita. Wanawake walikuwa na haki ya kurithi, lakini bila jamaa wa karibu wa kuwatetea, mara nyingi walikuwa wakiozwa katika umri wa miaka kumi na miwili au kumi na mitatu kwa wazee waliotaka mali yao. Kama alivyoteta Mgeni mbele ya mahakama kuu, "ni pia tabia mbovu ya wanaume maskini wa Kiarabu ya kujaribu kuoa mwanamke mwenye hali nzuri kidogo kisha kumpokonya mali yake. Nimemwona mume wangu akijaribu kufanya hili dhidi yangu. Kwa sababu hii sikutaka kuishi naye zaidi." Kesi kadhaa za kortini na rekodi zilizohifadhiwa zinaipa nguvu hoja ya Mgeni kuhusu "tabia mbovu" ya Waarabu maskini kuwaoa wanawake hasa wachanga kwa juhudi ya kudhibiti mali yao enzi hizo. Mwishoni, waume hao pamoja na kaka au wajomba wa hao mabibi waliowaoza waligawa mali. Ingawa kukubali kwa bibi harusi katika ndoa ni hitajiko la kisheria, wasichana wachache – hasa wale ambao wazazi wao walikuwa wamekufa, au ambao mama zao walikuwa Masuria wasio na hadhi kubwa chini ya utawala wa Waingereza na hivyo hawangeweza kuwatetea – wangeweza kupinga mapendekezo yaliyotolewa na walezi wao wa kiume. Kesi nyingi zilipelekwa mahakamani na wanawake wakiwa na miaka kumi na sita au kumi na nane wakipata ufahamu kuwa waume na walezi wao walikuwa na haja sana ya mali kuliko ustawi wa kibinafsi wa mwanamke mdogo. Kutokana na kile kilichojulikana kama juhudi yao ya mwisho ya kujiokoa dhidi ya ufukara, na pia dhuluma za kisaikolojia na kimwili, wengi wa wanawake wa Afrika Mashariki walijielekeza kwa mahakama za Kiingereza "ili kutendewa haki."[63] Kama bibi huyo Mgeni, walianza na korti za Kiislamu au za kimila na kuendelea mpaka korti ya rufani kama ingewezekana, wakitumai korti za juu zisingekuwa na upendeleo.

    Mgeni alikuwa na mashahidi wanne wakati wa kukata rufaa waliotoa ushahidi kuwa mumewe ama alipuuza wajibu wake wa kumtunza au alimdhulumu kwa mapigo (au yote mawili). Hata hivyo, hakimu wa Kiingereza aliamua, "Ushahidi wa mkewe katika kesi hii bila shaka umetiwa chumvi sana, mume wake anaupinga kwa kuapa, na nimepata kuwa mke hajathibitisha kesi yake ipasavyo kwa hivyo ninayatupilia mbali madai yake ya kutalikiwa." Makadhi wawili walioketi kwenye ubao mmoja na hakimu wa kiingereza walikubaliana naye wakisema kuwa mumewe "anaweza kumlinda mkewe" na kwa hivyo hawakuona sababu yoyote ya kutoa talaka. Hata hivyo, walimtaka mume ale kiapo cha kuahidi kumtunza Mgeni kwa Rs15 kwa kila mwezi, mradi tu arejee kuishi naye na kumpa "mahitajio yake ya kimwili". Kesi kama za Mgeni zilikuwa nyingi katika miongo ya kwanza ya karne, na bila ya ajabu zikawa kama mada za nyimbo za bendi ya Siti binti Saad ambayo iliumulika ukosefu wa kijumla wa kuzitekeleza haja za wanawake kati ya mifumo yote miwili ya kisheria iliyokuwepo.

Katika wimbo uliopewa anwani "Kadhi Nihukumu" Mwalimu Shaaban aliijadili hali ya mwanamke jirani aliyepata matatizo kama ya Mgeni. Rafikiye Shaaban, aliyepata mateso ya kimwili pamoja na ufukara, aliamrishwa kwa njia ile ile ya Mgeni, kurejea kwa mume wake. Dhamira ya Mwalimu Shaaban ya kuutunga wimbo huu ni kutangaza haki ya wanawake ya kuishi huru pasi na dhuluma za kinyumbani na pia kuwakumbusha majaji wa kiislamu kuhusu jukumu lao la kulinda kila mtu kwa njia sawa, bila kujali hali yao ya kifedha au kijinsia. Ubeti wa nne wa wimbo huo unarejelea kibwagizo cha muziki wa bendi na historia simulizi katika enzi: Usipokuwa na pesa, huna furaha na bila shaka utakuwa na nafasi finyu katika mfumo wa kimahakama.[64] Katika mshororo wa mwisho, Shaaban anawaonya wasikilizaji wake kwamba Mungu na mizimu mingineyo itawahukumu watu kwa matendo yao hapa duniani. Anakumbusha hadhira yake pia kwamba uamuzi wa majaji hawa wa nyuma hautatetereshwa na ama hongo au hadhi ya mkosaji. Mwanamume aliyemlazimisha mkewe "kurejesha haki za unyumba" pasi na yeye (mke) kuridhia angethibitishwa katika mahakama za Zanzibar, lakini mwanamume kama huyo alikuwa na hatari ya kuikosoa mizuka ambayo ingekuwa radhi kumfanya wazimu au kuishi katika jehanamu baada ya maisha haya.[65]

Kadhi Nihukumu

Kadhi nihukumu na wangu haribu
Amenihasimu pasi na sibabu
Menilisha sumu hakuja nitibu
Kadhi nihukumu...

Risala ondoka nenda kwa hamamu
Nenda kwa haraka kampe salamu
Nimesalitika sipati laumu
Kadhi hukumu...

Nawapa hakika wenzangu akili
Nimeatilika daima silali
Yaliyonifikia walimwengu hii ni ajali
Kadhi nihukumu...

> *Mahaba ya sasa siyaendekeze*
> *Kama huna pesa hukai huchezi*
> *Utababaika roho upoteze*
> *Kadhi nihukumu...*

Mshororo wa mwisho wa "Kadhi Nihukumu" ambao unasihi nguvu nyingine za kilimwengu kuingilia kati na kuwaadhibu wahalifu, unasawiri hali fulani inayofanana katika nyimbo nyingi za bendi. Wakaazi wa visiwani, kwa wakati huo na sasa, aghalabu walipata faraja kutokana na kauli kuwa, Mungu ndiye anayejua, wakijihakikishia kwamba haki itatendwa bila shaka na kama si hapa duniani basi kesho ahera.

Hata hivyo, hii haikuwa na maana kwamba watu hawakujaribu kuisihi mizuka iwasaidie hivi sasa. Uwezo wa Kurani, katika kisomo cha al-Badr na hirizi zilizoandikwa na mganga kisha kuvaliwa, au kunywewa kama kinywaji fulani mahsusi aghalau vilitumika kuomba ulinzi kutoka kwa Mungu kutokana na balaa iliyowasibu. Mizimu, jinni, pepo au mashetani yanaweza kumpagawisha binadamu ama kumpa ulinzi au kusababisha adhabu ya kimungu kwa matendo maovu aliyoyafanya. Mishororo inayohitimisha katika "Kijiti", "Kadhi Nihukumu" na nyimbo nyinginezo za bendi inakamilika kwa kusihi nguvu nyinginezo za kilimwengu kuwaadhibu wakosaji au kuwalinda wanyonge katika ulimwengu uliojaa tamaa na ukosefu wa heshima kwa maskini.

Watu wenye hali duni za kiuchumi na kijamii wa Zanzibar walifidia nafasi zao zilizopotea mbele ya korti kwa kujaribu kadiri ya uwezo wao kutatua matatizo yao mengi kupitia njia zisizo za kimahakama. Wanawake waliopuuzwa au walioteswa na waume wao wangekuwa na uwezekano wa kupata usaidizi na mwingilio kati wa familia zao na rafiki kuliko usaidizi wa mamlaka ya kimahakama. Wakati ambapo jitihada hizo hazikufua dafu, aghalabu walijaribu kujisaidia kwa kuamua kutegemea uvumi na sifa ili kuyakomesha mateso hayo na kuyazuia yasienee. Siti mwenyewe bila shaka alifahamu vizuri sana haya yote na alitumia nyimbo zake kuwakemea mahasimu wake kwa zaidi ya mara moja.

Wanawake ambao hawakuwa wameolewa kutoka kwa jamii zilizotengwa walijipata katika hali ya utongozwaji usiofaa na pia kunyanyaswa kutoka kwa wanaume waliojenga dhana kwamba umaskini wa mwanamke haukumruhusu kusema "HAPANA". Siti naye hakusazwa.[66]

Katika baadhi ya nyimbo zake alitumia uwezo wa sauti yake kukashifu hadharani na kupinga utongozaji kama huo.

"Wewe Paka" ni wimbo mmoja aliouimba Siti katika kuirejelea hali yake ya kunyanyaswa kimapenzi. Katika hali hii, tofauti za kiuwezo wa kijinsia zilichanganywa na zile za kitabaka na cheo, huku mkosaji wa kiume akiwa tajiri na muungwana aliyejulikana sana katika Mji Mkongwe. Licha ya kashifa nyingi za Siti kutokana na utongozwaji wake, mkosaji huyo alimwandama Siti mjini na kumtusi na hata kumpiga. Alithubutu pia kutumia umaarufu wake wa kisiasa ili kumfunga jela Siti kwa tuhuma za uzushi.[67] Katika wimbo mzima, Siti anasikitika kwamba kama mwanamke maskini hakuwa na nguvu ya kisheria ya kuukomesha uovu wa mwanamume huyu, ingawa anamalizia ubeti wa kwanza na wa nne kwa kupendekeza aina ya adhabu itakayotolewa. Katika ubeti wa tatu anataja kwa ufasaha kuvunjika kwa matumaini ya ukosefu wa uwezo unaowakabili pakubwa maskini. Anaukamilisha ubeti kwa kumwomba Mungu akisema "tafadhali nihifadhiatimaye, mchanganyiko wa wimbo wa Siti na maombi yake kwa Mungu yalifaulu kuchochea mahitaji ya kumlinda dhidi ya mashambulizi ya hasimu wake. Hakuwahi kuchapwa, kupigwa faini, au kufungwa jela, kama alivyopendekeza Siti kwamba iwe hivyo, bali huyu hasimu wake alikaripiwa na jamii kwamba kwa mara nyingine Siti alikuwa huru mjini akirandaranda bila kuogopa kwamba angenyanyaswa.

Wewe Paka

Wewe paka kwani waniudhiyani
Wewe paka unaudhi majirani
Utapigwa ukalipiwe faini
Ukalipiwe faini...
Mimi paka sasa napigiwani
Mimi paka sili cha mtu sinani
Nnajuta kuingiya vibandani
Nnajuta kuingiya vibandani...

Naona unyonge kitu gani
Ni upweke maskini duniyani
Hali sina la kufanya ela Mola Mannani
Mola Mannani...

Langu tiba imeingiwa huzuni
Matilaba nimeyapata zamani
Ukizinga utarejea ngamani
Utarejea ngamani...

Mapendeleo ya kijinsia yaliyowakabili wanawake katika mfumo wa kisheria wa ukoloni hayangekuwa yamechochea maandamano ya halaiki kama yaliyofanywa kutokana na ufurushwaji, lakini nyimbo hizi zinatoa ushahidi wa uelewa wa kawaida na upinzani dhidi ya juhudi za kuendeleza utengwaji wa taasisi za wanawake. Ziwe ni kauli zinazoshinikiza utiwaji jela wa wanaume waliowadhulumu wanawake, au maombi ya kutaka kutambuliwa kwa haki ya mwanamke ya kupewa talaka, nyimbo hizi zinazopendekezwa kuwa viwango vya haki za kijumuiya vilitathminiwa dhidi ya kiwango cha maadili tofauti kuliko kile kilichotumiwa na mawakili wa kikoloni. Ukweli kwamba hizo nyimbo nyingi zilizokashifu mateso dhidi ya wanawake, yawe mateso ya kimwili au ya kitaasisi, na zilizoandikwa na washiriki wanaume wa bendi, zinaonyesha kuwa kadhia hizi hazikuchukuliwa kabisa kama "masuala ya wanawake" tu. Katika enzi ambayo juhudi za watu maskini za kujikwamua kutokana na tofauti za kiuchumi na kijamii zilikuwa na uzito, inaonekana kwamba kulikuwepo na utambuzi wa kijumla miongoni mwa wanaume na wanawake wa Ng'ambo kuhusu umuhimu wa kuendeleza usawa wa kijinsia pia. Mitagusano maarufu kuhusu haki ilipigia upatu si tu watu maskini, bali pia kuwapa wanawake mamlaka.

SURA YA NANE

Mapenzi, Jinsia Kaka na Ukomeshaji wa Utumwa

Fauka ya kuzikosoa tofauti za kitaasisi na kitabaka katika jamii ya visiwani, bendi pia ilizungumza moja kwa moja kuhusu masuala ya uongozi yaliyojikunyata katika mahusiano ya kibinafsi ya wanaume-wanawake. Muziki wa bendi haukushabikia kwamba umma uwe na uwezo mkubwa wa kuyatawala maisha ya wanawake bali uliweka wazi na kuzichunguza tahakiki za unyanyasaji wa kinyumbani na kimapenzi pia. Ingawa nyimbo hizi zinajadili tofauti mbalimbali za kijinsia, taswira za wanawake zinazojengwa si zile za waathiriwa wasiojiweza, badala yake ni za watu wanaojua wanachotaka na wale wanaoweza si tu kuyatimiza matamanio yao bali pia kuyafanya yawe halisi. Wanawake wenyewe ambao maisha yao ndiyo msingi wa nyimbo hizi walizidi "kulalamika" kuhusu waume waliotumia pesa zao kwingineko huku wakipuuza watoto wao au kuwateka wanawake wengine. Nyimbo hizi zinatupa msururu wa ushahidi wa kihistoria ambao unamulika mbinu mbalimbali zilizotumiwa na wanawake kukomesha kuwepo kwa tofauti za kijinsia katika maisha yao wenyewe na ya jamii kwa jumla.

Kudai kwamba waliudhibiti uwezo wao wenyewe wa kuamua wakimtaka mwanamume au la lilikuwa jambo muhimu katika juhudi za wanawake za kujitegemea katika enzi ya baada ya kukomesha utumwa. Wanawake wameacha kuwa Masuria wanaoshikwa tu. Sasa walikuwa huru na walidai haki zao. Katika karne ya kumi na tisa uwezekano waliokuwa nao wanaume tajiri wa kuweza kufanya mapenzi na wanawake weusi ulikuwa ni kama chombo cha ishara ya nguvu ya kitaasisi na shurutisho kwa wengine. Ilhali katika nyimbo maarufu kama "Wewe Paka" uliopo hapo juu, Siti na wanabendi wake waliadhimisha haki za wanawake wa kiafrika kuukataa utongozaji wa kimapenzi usiofaa, na katika hali hiyo, walisaidia kuzitangaza tahakiki za tabaka la wanaume wa kiarabu na kutawaliwa kimapenzi. Wanawake wa Ng'ambo hawakukataa kijumla matarajio ya mahusiano ya kimapenzi na kihisia na wenye uwezo, lakini tunapata hisia kutoka kwa nyimbo hizi kwamba zilikuwa zinaendelea kuwa kweli kuhusu shinikizo kwamba kutimizwa kwa mahitaji na matamanio yao binafsi kulikuwa hali ya kuendeleza mahusiano ya kitabaka. Katika mahusiano yao na wanaume wa cheo na tabaka lililokuwa sawa na lao, wanawake wa Ng'ambo waliotajwa katika nyimbo hizi walikuwa pia imara na wenye mwongozo wa kibinafsi. Takriban asilimia 60 ya nyimbo zilizotungwa na washiriki wa kiume katika bendi ya Siti zilidhihirisha hali zao tatanishi za kimapenzi. Jambo moja linalojirudia katika nyimbo hizi ni huzuni na kupotewa walikohisi baada ya kuachwa na mpenzi ambaye walishindwa au watashindwa kumtimizia mahitaji yake. Kupitia kwa tungo hizi, tunazisikia hadithi za wanawake wa kiafrika wanaohusika katika kuiunda upya mitagusano ya uongozi na ujinsia na katika hali hiyo kutangaza dhana mpya huru ya kujitawala kibinafsi.

Miongo ya miaka ya 1920 na 1930 ilikuwa muhimu kote barani Afrika huku wanaume na wanawake wachanga wa kimjini wakijadiliana kuhusu mbinu na jinsi mpya za uchumba, ndoa na ujinsia wakiwa wanatofautiana na wazazi wa mashambani. Mazingira ya kimjini yalitoa fursa mpya za uhuru wa kibinafsi na majaribio ya kimapenzi, na pia msururu wa kila mara wa hatari na matatizo mapya. Makala ya ushauri yalienea haraka katika magazeti ya kiafrika katika enzi hizo, huku tabaka la kibwanyenye la kiafrika linaloibuka likijaribu kujadili na kuweka imara viwango vya utaratibu wa kimapenzi wa vijana wa mjini.[68] Tabaka la kufanya kazi la mjini na watu maskini yalijikuta katika mijadala kama hiyo, ingawa aghalabu njia ilikuwa mitindo mipya ya muziki wa kimjini ukiwemo Palmwine (Nigeria na Ghana), Maringa (Congo), Marabi (Afrika Kusini) beni, na taarabu. Kupitia kwa nyimbo zao, bendi ya Siti ilitalii matatizo yenyewe ya kila siku ya kihisia na kifedha ambayo yalitatiza maisha ya mapenzi ya vijana wa mjini na kutoa maonyo pamoja na ushauri wa jinsi ya kukabiliana na matatizo kama hayo. Kufikia 1928, Siti na wanabendi wake wengine wakiwa katika umri wa baina ya miaka thelathini na arobaini walikuwa na uzoefu katika mambo ya mapenzi. Wakiwa wangali wadogo, wote walikuwa wamehusika katika matatizo ya kinyumbani yaliyoishia kutengana. Nyimbo zao zilizungumzia masuala na mambo yaliyofanana na ambayo yaliwahusu wanaume na wanawake maishani mwao – bado wadogo na yenye matumaini ya uwezekano wa kupata uhusiano unaoridhisha, ingawa uliogoshiwa na tajiriba ya kibinafsi ya kufahamu kwamba kuishi kwa furaha daima kulikuwa tokeo lisilowezekana kirahisi. Walisawiri uhalisia kamili wa maisha ya wanawake na wanaume walio wa wastani.

Moja katika nyimbo maarufu za Siti, na ambao uliendelea kuwasilishwa kule Zanzibar na bendi ya taarabu ya wanawake ya Sahib el-Arry hadi 1990, unazungumzia masuala ya uwajibikaji wa wazazi na migawanyo ya kazi za nyumbani katika ulezi wa watoto. Ingawa uhusiano wa karibu na wa kimapenzi aliokuwa nao Siti juu ya bintiye menyewe ulikuwa unajulikana wazi katika jamii, katika wimbo huu "Uchungu wa mwana" Siti, akiwa mzazi pekee wa kike analalamika juu ya ukweli kwamba hali chungu, ngumu na zinazohitajika zaidi katika ulezi wa mtoto zilikuwa aghalabu zikikabiliwa na mama pekee. Ijapokuwa wanawake wa visiwani walisaidiwa pakubwa na jamaa na marafiki wengi katika kuwalea watoto wao, kibwagizo cha wimbo huu kingali kinazungumziwa na wanawake wa visiwani "Uchungu-ehe-wa mwana-ehe-ajuaye ni Fatma mzazi." Mwajuma Ali aliyeuwasilisha wimbo huu kwa niaba ya Sahib al-Arry, alisema alipokuwa akihojiwa kwamba malalamiko ya uchungu na maombolezo yaliyoenezwa kwenye wimbo wote yanaamsha dhiki za kimwili na za kihisia zilizowapata wanawake ambao waume zao wanayatelekeza majukumu yanayotokana na uzazi. Kama mtu ambaye amesaidia katika kuwalea watoto wa mama aliyepata dhiki kubwa na baba asiyejali, alisema pia kwamba katika kuwahimiza wanaume na wanawake kufikiri tena kuhusu kaida za kijinsia ambazo zimewalemea zaidi wanawake kwa kuwawajibikia watoto wao, huku kwa wakati huohuo zikipuuza kuwaasa wanaume wanaoyatelekeza majukumu yao kuwalea wake na watoto wao kihisia na kimwili.[69] Ingawa wanaume wengi wa visiwani wanawajibika pakubwa katika kuwalea watoto wao na wakati mwingine wanaonekana wakicheza nao, wakiwatunza na hata kuwafundisha, umaarufu unaozidi wa wimbo "Uchungu wa Mwana" unapendekeza kuwa wanawake wa visiwani wanahisi kuwa tofauti ya kijinsia katika kuwakuza na kuwalea watoto bado haijatambuliwa.

"Mume wangu halali kwangu" ni wimbo uliotungwa na Budda bin Mwendo kwa nia moja ya kuwakumbusha wanaume wasiowajibikia majukumu yao kwa wake na watoto wao. Sheria ya kiislamu inamruhusu mwanaume kuoa hadi wanawake wanne, ikiwa anaweza kuwatunza na kuwalisha kwa usawa. Kihalisi jambo hili aghalabu huwa haliwezekani. Ugomvi wa kinyumbani juu ya mapendeleo au ukosefu wa makini ulio sawa, muda, na hata ukosefu wa hela aghalabu hutokea katika ndoa za mitala. Mafadhaiko kama hayo huzidi pale ambapo mume ni maskini na hana hata njia za kifedha za kumtunza kikamilifu mke mmoja na watoto. Katika wimbo

57

huu, Budda anahusisha kisa cha mmoja wa jirani wake ambaye mumeme alioa mke wa pili na kisha akaanza kuzipuuza haki za unyumba na kifedha za mke wa kwanza. Wimbo huu umetungwa kwa nafsi ya kwanza, ukiwa unajenga hisia za machungu na kutorokwa anazozihisi mke huyo aliyesahauliwa, kama hisia za kibinafsi na za mara moja. Hata hivyo, wimbo huo haumsawiri mwanamke huyo ambaye ndiye mhusika mkuu kama anayefaa kuhurumiwa. Rafikiye Budda, ambaye ndiye sababu ya wimbo kutungwa hakuvunjika matumaini, na kutokana na ufafanuzi wa matatizo yake Budda anamsawiri kama mwanamke wa matendo. Katika kila ubeti, mwanamke huyo aliyekosewa anayataja malalamishi yake dhidi ya mumewe kihakika, na pia kile alichofanya ili kuyatatua matatizo hayo.

Mume wangu halali kwangu

Mume wangu halali kwangu
Akilala hunipa mgongo kama mwanangu
Nimechoka ugonjwa wa maisha nakwenda zangu
Mwambiye bibi usiku mkubwa kwa jioni aje
Nakuuliza upande wa kaniki kaupataje

Nalisafiri na bwana akanitupa malezi
Kupigwa jua la kutwa namie njaa siiwezi
Natangatanga na njia nikashindwa upagazi

Nyororo nyororo ndio maamura
Chaka la watoro limeingiya vura
Kula aliye kasoro hujifanya bora

Wimbo huu kwa wazi kabisa unaleta sikitiko la nafasi ya wanawake maskini waliokuwa wakiwategemea wanaume watepetevu. Taswira ya chakula, njaa na kupuuzwa inajitokeza kwa kila ubeti. Hata hivyo, wimbo pia unadhihirisha mbinu kadhaa zilizotumiwa na wanawake kusuluhisha matatizo yao; ya wazi kabisa ikiwa uwezo wa mwanamke kuyatangaza maovu ya mumewe kwa jirani, rafiki na jamaa na hivyo basi kuweka shinikizo la kijamii ambalo labda lingemhimiza airekebishe mienendo yake. Umbeya ulitumika si tu kurekebisha tabia za "umma" bali pia maovu ya "kinyumbani." Katika Zanzibar na sehemu zote nyinginezo zilizosalia za barani, njia zilizorasimishwa na kiada kuwekewa vikwazo, za kuleta shinikizo kwa "umma" kubeba mzigo wa kusuluhisha matatizo ya "kisiri", zilikuwepo katika jinsi ya kupagawa na pepo. Wanawake hasa walipatikana na matatizo ya kupagawa na pepo, ambapo pepo angempanda mtu na kisha azungumze na wanajamii kwa niaba ya aliyepandisha, akieleza kwa kina dalili za ugonjwa wake pamoja na sababu kuu ya mkosi uliompata mwathiriwa. Watu wengine walioathiriwa na mapepo kama hayo, ikiwemo aila ya mwathiriwa huyo wa kike na marafiki baadaye wangepata msururu wa matibabu ya kimatambiko ya kutuliza mizimu iliyokosewa kwa kutafuta kiini cha tatizo hilo. Masuala ya ugumba, ngono ya maharimu na magonjwa ya ngono, au dhuluma za kinyumbani aghalabu hushughulikiwa na madhehebu ya kupagawa na pepo kama ishara za matatizo mengi ya kimuundo, kitaasisi na kiumma kama vile umaskini, ubabedume na wafanyakazi wahamiaji, yanayoweza kushughulikiwa tu kupitia mijadala ya umma na suluhisho za kikundi.

Katika mshororo wa mwisho wa ubeti wa tatu mwanamke huyo anasema wazi, "Natangatanga na njia, nikashindwa upagaji". Neno upagaji lina maana mbili, maana yoyote itafaa katika muktadha huu. Tafsiri halisi zaidi ni kazi ya mchukuzi, au mtu anayelipwa kubeba mzigo mzito. Hii ilikuwa kama ajira ya kawaida kwa wanaume watumwa na maskini wa mashambani katika pwani ya Afrika Mashariki kwenye karne ya kumi na tisa. Ufasiri halisi wa mshororo huu ungependekeza kwamba mizigo ya kinyumbani anayobeba jirani ya Budda ni mizito sana kwake kuivumilia. Matumizi ya pili ya upagaji yanarejelea uchawi au hali ya kupagawa na pepo. Hii inaweza kufasiriwa kama ama mke wa pili amemlaani mumewe, akimfanya apuuze wajibu wake kwa mkewe wa kwanza au kwamba mkewe wa kwanza amepagawa na pepo anayetaka kuyatatua matatizo ya kinyumbani kwa kuyaweka hadharani.

Ufasiri huu wa pili wa mke wa kwanza kupagawa umetiliwa ging'izo na ubeti wa mwisho wa shairi kwa kudai kuwa katika harakati ya kuzunguliwa kutokana na pepo hao, pepo waliomwingia jirani ya Budda walimtaka mumewe ama kuyatimiza majukumu yake ya kumtunza au kumtaliki mkewe aliyepuuzwa. Maagizo kama hayo ya talaka yalitolewa mara nyingi na mapepo kama njia ya kumruhusu mwanamke aliyeathiriwa kuendeleza harakati yake ya kufuatilia hiari nyinginezo za kimapenzi na kiuchumi, bila ya kumbebesha gharama nyingine za kihisia na kifedha za kuiwasilisha kesi yake kortini, ambako ilikuwa wazi kwamba ingetupiliwa mbali na hakimu asiye na huruma. Kama zilivyonadi nyimbo hapo mwanzoni, hapa tunaletewa tena picha maarufu ya nguvu za mizimu ya kuingilia kati kwa niaba ya waliodhulumiwa katika harakati ya kuyatatua matatizo yao. Hata hivyo, mwanamke huyu hakutosheka kusubiri haki itendwe baada ya kufa, au kwa kunyamaza ategemee mizimu kuzitatua shida zake. Katika kila ubeti wa wimbo huo, anachukua hatua fulani kuimarisha hali yake. Badala ya kukata tamaa au kuwaachia majaliwa, katika ubeti wa kwanza wenyewe mhusika wa wimbo huo ananadi, 'Nimechoka ugonjwa wa maisha, nakwenda zangu.' Zaidi ya asilimia 10 ya nyimbo zao zinahadithia stori ya mwanamke ambaye kachoka kiasi kaenda zake, kama bibi huyo.

Vibadala vya kiuchumi vilivyokuwepo kwa wanawake katika karne ya kumi na tisa katika Zanzibar ya mjini vilikuwa finyu, ilhali muziki wa bendi ya Siti unawaonyesha wanawake wasiodumazwa na uwoga wa umaskini. Wanawake wenyewe, ambao maisha yao yalikuwa msingi wa nyimbo hizi, walikuwa wale ambao bila kujali umaskini walishinikiza kupewa kiwango fulani cha cheo na heshima kutoka kwa waume wao. Ingawa hawangeweza kushinikiza mara nyingi kupewa taadhima kama hiyo walitengana na waume wao iwapo hawakufanyiwa hivyo. Shinikizo za kuheshimiwa na waume wa nyumbani na wenzi wao zilikuwa muhimu kwa tambuzi zinazoibuka za wanawake huru na wanaojitawala.

Wimbo mwingine ulioshughulikia masuala haya ya heshima, kujitawala, na wajibu wa ubaba ulitungwa na Mwalim Shaaban, na tena ulitokana na yale aliyoyapitia mmoja wa jirani zake wa kike na rafiki yake mmoja wa karibu. Mwanamke ambaye kisa chake kinadhihirika katika wimbo huu na aliyekuwa amehusiana na mwanamume mmoja tajiri kutoka Mji Mkongwe, alipata mimba kisha akamshinikiza mpenziwe amwoe, lakini alikataa. Mpenziwe huyo alipania kuendelea na uhusiano huo japo alikataa jukumu la kulea mtoto au kumpa haki yake ya urithi. Lakini huyo bibi naye akakataa akidai kuwa hadhi yake na mwanawe ilikuwa nguzo muhimu ya kujenga mustakabali wake kuliko mwenye pesa na asiyekuwa na haja naye. Pia, tatizo la mwanamke huyu la kumtegemea bwana wake kifedha linawekwa wazi kwa masikitiko, bali kutokana na hivyo anakawia kujidunisha – pamoja na mwanawe anayekua – kumtegemea kiuchumi. Huenda aliishi katika nyumba ya udongo ya msonge katika Ng'ambo naye (mpenziwe) akiishi katika nyumba ya ghorofa katika Mji Mkongwe, japo hivyo, nafasi yake kubwa ya kiuchumi na kijamii haikutosha kumlazimisha kubaki katika mahusiano ambayo kuwekwa kwake pembeni, na kule kwa mwanawe, kulikuwa kwa masikitiko makubwa. Kama katika wimbo wa hapo nyuma, mwanamke anayesawiriwa hapa hausikitikii usiojiweza wake. Ingawa hafaidi kitu kuhusu tofauti za kiuwezo baina yake na mpenziwe, kila ubeti unajikita katika suluhu ya kivitendo kwa tatizo lake. Akiwa anaudhibiti mustakabali wake, anamweleza mpenziwe, "Sahibu mwandeni, usifanye hila... uliponitaka nalikaa nawe, sasa hunitaki sina haja nawe. Akija baba takuja mwambiya, kile kitandacho kimebuliwa."

Wimbo huu pia unaibua suala la hatari za "uhuru" kwa maisha ya wanawake maskini na watoto wao. Huku Masuria katika Zanzibar ya karne ya kumi na tisa wakiwa na haki za kisheria za kupokea pesa ili kuwalea watoto waliowazaa na mabwana wao, wanawake "waliowekwa" katika karne ya ishirini hawakuhakikishiwa usaidizi, urithi, au uhalali wa watoto waliozaliwa kutokana na hali kama hizo. Huku wanaume wengine wakiendelea kuwachukulia watoto hao kuwa kama warithi wao halali, walitetewa na sheria na kunga za Kiislamu. Mara nyingine lakini, warithi wanaoshindana walipata usaidizi wa kisheria wa kutowahusisha watoto kama hao katika mahakama za kikoloni. Mfano mmoja wa hali kama hii ni mwanamke fulani aliyempa kijana wake wa kiume kijakazi kwa jina Panya kama suria, mwaka wa 1907. Baadaye walipata mtoto. Mtoto alipothubutu kupata urithi wake baada ya kifo cha baba, hata hivyo, jaji mkuu Mwiingereza alitoa hukumu kwamba mtoto kama huyo hakuwa na haki, kwa ajili alizaliwa baada ya Waingereza kupiga marufuku utumwa. Kwa hivyo mtoto huyo hakuwa mwanawe halali wa marehemu, bali alikuwa 'mwanaharamu' au aliitwa kwa neno lililotumiwa enzi hizo 'besar'. Mwanawe Panya, japo babake alikubali alikuwa mwanawe, alitangazwa na mahakama kama mwanaharamu na hivyo akanyimwa haki yoyote ya kisheria ya kurithi.[70]

Kinyume na walivyokuwa wenzao wa karne ya kumi na tisa, ilikuwa pia si rahisi kwa watoto hao kuchukuliwa kama walio na usawa wa kijamii na watoto waliozaliwa na baba mmoja na mkewe aliye huru na aliyeolewa kisheria. Mpigaji wa bendi, Mbaruk, ni mfano mwingine wa watu ambao 'uhalali' wao uliwekewa vikwazo na baadhi ya watu fulani wa jamii maarufu kule Kenya, kama vile wimbo unaofuata unavyobainisha. Wanawake walitarajia kuwa usaidizi wa kifedha na kihisia utakuja kutoka kwa akina baba wa watoto wao, bila kujali hali ya ndoa ya wawili hao, lakini mifumo mipya ya kisheria na kunga zinazobadilika za kijamii ziliwaachia misingi michache ya kuegemeza shinikizo lao la kufidiwa. Kumwacha "mpenzi asiye na thamani" kama huyo, kujipa heshima yake, na kuitangaza tabia ya kutowajibika ya bwana wake kulikuwa si jambo dogo ambalo mwanamke angefanya.

Sahib Mwandeni

Sahibu mwandeni usifanye hila
Mwenyewe sitaki kwenda mahala
Kisa kimeshinda cha Alifleila
Sahibu mwandeni...

Nyumba ya udongo ghorofa ya mawe
Uliponitaka nalikaa nawe
Sasa hunitaki sina haja nawe
Sahibu mwandeni...

Watoto mnara mnara wa njiwa
Akija baba takuja mwambiya
Kile kitandacho kimebuliwa
Watoto mnara...

Kama nyaraka zinazojadili maisha ya kila siku ya wale walioishi Ng'ambo katika miaka ya 1920 na 1930, nyimbo hizi zinatoa maelezo ya ndani ya kimapenzi kuhusu mahusiano ya kijinsia na chukulizi za kunga za kijinsia ambazo hazipatikani katika nyaraka nyinginezo. Aina za kijumla za nyaraka za kikoloni zinapotazamwa, zinadhihirisha kwamba kulikuwa na njia finyu ambazo wanawake wa kimjini wangetumia kila mara kupata pesa taslimu. Kwa kuzichunguza tungo na visa vinavyotokana na nyimbo hizi tunaona jinsi ambavyo hali ya kiuchumi ulivyoathiri mahusiano ya kibinafsi na kihisia yaliyokuwa muhimu kwa maisha ya wanaume na wanawake. Migogoro kuhusu rasilimali ilikuwa kiini cha ugomvi wa kijinsia wa nyumbani. Mapambano haya ya kirasilimali yalisababisha uchungu na chuki kwa mume na mke katika uhusiano wao na yalifanywa kuwa mada zilizozungumziwa sana katika nyimbo za bendi. Muziki wao haukuzungumzia tu kuhusu utegemeo wa kifedha wa wanawake kwa wanaume, bali pia njia ambazo wote wawili waliuacha uhusiano wao usiwatimizie mahitaji yao.

Nyimbo nyingi za bendi zilijadili masuala kama haya kutokana na mtazamo wa mwanamke ambaye mumewe alikuwa anapuuza majukumu yake ya kifedha au badala yake, akifanya juhudi za kununua pendo la mwanamke kwa pesa. Wimbo 'Mpenzi Hariri" ulioandikwa na Mwaalim Shaaban, ni ule mojawapo unaochunguza matatizo ya utegemezi wa kifedha wa mwanamke kutokana na mtazamo wa mwanaume. Ndani yake Shaaban anamrudi mke wa rafiki yake kwa kile anaachoona kama tamaa yake na kutaka kujitolea. Kama zilivyo nyimbo nyingi za Shaaban, huu uliwahimiza wapenzi, wakiwa katika ndoa au la, wawe waaminifu na wawajibike katika kuwalinda wenzi wao. Hapa anamrudi mke wa rafikiye kwa kukibadilisha chuma cha mume wake chenye thamani ya dhahabu hadi kikawa chuma cha kawaida tu. Hii ilitokana na shinikizo kubwa la pesa – shinikizo ambalo mumewe alikuwa ameridhia kwa sababu ya kumpenda zaidi. Baada ya kuzifilisi hazina za kifedha za mumewe, mwanamke huyo kisha alimtoroka kwa kutazamia kumpata mmoja wa rafiki zake tajiri zaidi. Katika kila ubeti, hadhira inadhihirishiwa hisia za uchungu za kuachwa alizohisi rafiki wa Shaaban, na pia onyo "Mla kwa miwili hana mwisho mwema." Lengo la Shaaban lilikuwa kuweka wazi muungano baina ya tamaa ya mtu ya mali na uchungu wa mwingine. Muziki wa bendi ulizikosoa sifa za taama ya mtu binafsi zilizokuwa zimeenea na matamanio ya tamaa ya kutajirika, bila kujali kama sifa hizo zilidhihirishwa na watumishi wa serikali au "wapenzi Hariri". Beti kadhaa kutoka kwa wimbo zinasema hivi:

Mpenzi hariri

Mpenzi hariri unanisukuma
Unanibadili dhahabu kwa chuma
Mla kwa miwili hana mwisho mwema,
Mpenzi hariri...

Mali nainabu zikimemetuka
Fedha na dhahabu zikitawanyika
Aloniharibu ni wewe kumbuka
Mpenzi hariri...

> *Kwako taabani ujuwe yakini*
> *Usije fitini sahibu makini*
> *Silali sioni daima njiayani*
> *Mpenzi hariri...*

"Mpenzi Hariri" na nyimbo nyingine zenye maudhui kama haya zinadokeza kwamba matumizi ya ngano ya wanawake kama chombo cha kunasa pesa za wanaume lilikuwa jambo la wazi na lenye kukubalika, ikiwa halikuthaminiwa katika Zanzibar ya mwanzo wa karne ya ishirini. Mwalim Shaaban alitunga nyimbo nyingi kama huo wa kuwashutumu wanaume waliotumia utajiri wao kwa njia kama hii kisha wakalalamika baada ya wapenzi wao kuwaacha na kuwatafuta wengine.

Katika ubeti mmoja wa wimbo alioutunga Shaaban, anaiambia hadhira yake, "Fakiri uwe na mke umwoe kwa mahari/Hutamani umshike hukuvunja hamruri/Na mwisho akucheke kwa kejeli na jeuri." Shaaban alizitumia nyimbo zake kuwafunza wanaume wa visiwani, akidai kwamba wanaume wanapowachukulia wanawake kama chombo kinachoweza kununuliwa kwa zawadi na fadhila za kifedha, wasishtuke kukipata "kitu" cha matamanio yao mikononi mwa mshindani mwengine aliyewazidi. Takriban asilimia 15 ya nyimbo zao zilizungumzia swala hilo.

Katika wimbo mmoja uliotungwa na kuwasilishwa na Siti, "Kikombe cha Zari", Siti anayapinga mawazo ya wimbo wa "Mpenzi Hariri' wa Shaaban na kwa njia ya wazi na yenye kusuta anajadili namna wanawake wanavyowatumia wanaume kwa sababu ya pesa zao. Hapa Siti anatumia kikombe cha chai cha kauri kinachovutia ambacho kwa hali tatanishi kimepakwa madoadoa ya jaribosi, kumwashiria mwanamke. Huku akirejelea tabia ya Kizanzibari ya kunywa chai ya maziwa yenye sukari nyingi, mwanamke anamtaka mpenziwe wa kiume alete viambato hivi muhimu, akisema kuwa bila ya usaidizi wake (wa mume) basi angelazimika kunywa chai "kavu" kama mtu maskini. Katika mishororo miwili ya mwisho anatangaza kifahari, bila ya kuonyesha dalili ya kuomba msamaha, kwamba kuna zaidi ya mpenzi mmoja anayeongeza sukari kwa chai.

Ishara hapa bila shaka ni zaidi ya mali, huku sukari ikiashiria mikabala miwili ya kufanya mapenzi katika tamaduni nyingi. Shaaban na wanabendi wengine wa kiume waliandika na kuwasilisha nyimbo nyingi ambazo kupitia kwazo walizungumza na wakati mwingine kujisifu, kwa mahusiano yao mengi ya kimapenzi na mahusiano yao na mabibi wengi mno. "Kikombe cha Zari" ni ya kipekee kwa mkabala huu miongoni mwa nyimbo za Siti. Hata hivyo, wimbo huu unaonyesha kutambulika kwa umma na kukubalika wazi kwa wanawake kutumia rasilimali walizokuwa nazo kupata zile wasizoweza kupata. Asimilia 10 ya nyimbo zilizoimbwa na wanabeni wenzake zinazungumzia wanawake wenye mpenzi zaidi ya mmoja. Kwa hivyo, japo Siti hakutaja swala hilo sana tukiangalia mashairi yao kwa ujumla tunaona mara nyingi wanawake na wanaume wote wawili walitembeatembea.

Kikombe cha zari
Kizuri kwa chai
Utie maziwa
Na nyingi sukari
Ukiondoka wewe
Mwengine tayari

Wanawake wa kizazi cha Siti walikuwa na uhuru wao, ukiwemo ule wa ujinsia wao kujenga fursa zao za kifedha na kihisia. Ikiwa nafasi ya mwanamke katika uchumi wa kimjini ulimzuia kumudu maziwa na sukari ya chai yake, basi kutokana na mahitaji yake hayo, angejipata akimtafuta baba sukari. Wanawake wa kimjini wa kipindi cha baada ya ukomeshaji wa utumwa waliona kuulinda ujinsia wao kulikuwa muhimu kwa kuelewa utawala wao wa kibinafsi. Nyimbo nyingi zilizotungwa na wanabendi wa kiume zinajadili hali zao za kujihusisha kimapenzi na wanawake kutoka sehemu za mashambani na Ng'ambo . Ingawa hakuna nyimbo nyingine kati ya hizi ambazo zinamsawiri mwanamke kama aliyefanyiwa mapenzi bila kujali kama ule wa "kikombe cha zari", Shaaban, Budda, Subeti na Mbaruku walitunga nyimbo nyingi zilizozungumzia shida zao za kuwa na zaidi ya mpenzi mmoja kwa wakati mmoja. Nyimbo hizo zimo kwenye *Waimbaji wa Juzi*. Nyimbo nyingi za bendi zinaelezea hali ambazo wanabendi au rafiki zao wa kiume walivyoachwa na wanawake ambao mahitaji yao – yawe ya kimwili, kihisia au kifedha – hayakutimizwa tena. Maelezo ya wimbo na mahojiano yanadhihirisha kuwa nyimbo hizi hazikutungwa kwa nia ya "kubadilisha" tabia za wanawake, bali zilidhihirisha hali halisi ya siasa za kijinsia za enzi hiyo, ambazo wanawake walikataa kuchukuliwa kama vijakazi vya waume wao. Nyimbo hizi zinaonyesha kuwa kwa wanawake wengi wa Zanzibar baada ya ukomeshaji wa utumwa, madai ya kutaka kuheshimiwa yalikuwa ya misingi ya uhuru. Kama zinavyodhihirisha nyimbo hizi, wanawake katika enzi hii walikuwa huru kijamii ambapo wangechagua ni nani na ni kwa masharti gani wangejiweka katika mahusiano ya kimapenzi. Suala la wanawake kujichagulia na kuutetea ujinsia wao lilikuwa muhimu katika juhudi zao pana za kujielekeza na kujipa heshima baada ya ukomeshaji wa utumwa. Nyimbo hizo zinaonyesha kwamba japo akina Shaaban na wanaume wenzake waliumia walipoachwa na wanawake wao, walifahamu kwamba hivyo ndivyo hali ilivyo siku hizi.

SURA YA TISA

Hitimisho

Ukosefu wa uwezo wa kimahakama wa tabaka la chini, kuendelea kutumia vibaya mamlaka kwa wale walioteuliwa katika afisi za kisiasa, na kutojali kwa kijumla mahitaji ya wanawake na watu maskini kwa taasisi za serikali ya ukoloni, zilikuwa mada za nguvu katika muziki na maisha ya kila siku ya Siti binti Saad na bendi yake. Kwa kuzisikiliza tungo za nyimbo hizi tunapata kuyasikia masikitiko ya rafiki za Siti kwamba haki ya kijamii na usawa havikutokana na ukomeshaji wa utumwa. Ingawa maendeleo yalikuwa bila shaka yashafanywa katika sehemu nyingi, uwezo wa kitaasisi katika jamii ya Zanzibar ulisalia kubaki zaidi mikononi mwa wanaume wachache wenye utajiri mkubwa ambapo wengi wao waliishi katika Mji Mkongwe. Wanaume na wanawake wa visiwani walikuwa na tahadhari kubwa ya uhakika huu na pia mbinu ambazo taasisi za serikali ya kikoloni – utumishi kwa serikali, Tume ya Wakfu, shule, mahakama, Baraza la kutunga sheria, kitengo cha mipango ya miji, na polisi – zilisisitiza katika udhibiti huu. Kwa uwazi, hata hivyo, uwezo huo haukuwa na mamlaka. Uingereza, na washirika wake bila shaka, ilidhibiti taasisi hizo kwa kuzitawala, japo nyimbo hizi zinafichua uwezo wao finyu wa kuchochea kuibua mijadala kuwahusu wenye akili, uwezo na haki.

Wanaume na wanawake wa Ng'ambo walijadili mbinu ambazo tawala koloni zilitumia kubadilisha mahusiano ya kimamlaka pamoja na utamaduni wa watu ambao ulipata utaratibu wa maisha ya kila siku. Usiku walikutana nyumbani kwa Siti kusikia jinsi bendi ilivyogeuza tahakiki hizi na kuzifanya nyimbo. Ingawa zilikuwa hafifu kwa mujibu wa taasisi hizo, wanaume na wanawake wa Ng'ambo walitumia "silaha za wanyonge" kuathiri mabadiliko ya kijamii. Kutawaliwa kiuchumi na kisiasa kunaweza kuwa kulikuwa kunajitenga mbali na maafikiano ya ana kwa ana kati ya watawala na watawaliwa, lakini katika jumuiya hii ndogo ambayo hadhi ilisalia kuwa muhimu, umbeya na Mungu vilibakia kuwa na uwezo mkubwa wa kimamlaka.

Siti na wanabendi wake walitumia kuwepo kwao kama waimbaji si tu kuwaburudisha watu, bali pia kujenga ufahamu wa kijamii na kisiasa kwa umma wao. Nyimbo nyingi za Siti zilitungwa kwa makusudio ya kuanzisha mjadala au kuitangaza mijadala ambayo ilikuwa tayari inaenea mjini. Muziki wa bendi ulikuwa kama baraza maarufu la kukashifu mateso dhidi ya wanawake na watu maskini, na pia kama njia muhimu ya kutangaza kutoridhishwa na kusita kwa serikali katika kuwaadhibu wahalifu. Nyimbo na mijadala hii walioibuni ilikuza ufahamu muhimu wa watu. Muziki wa bendi uliweka mbele kesi za watu binafsi za udhalimu, ilhali katika hali hiyo zilizibadilisha kutoka hali ya kupuuzwa, hadi kuonekana kama udhalilifu mkubwa wa kitabaka na kijinsia. Kwa kuongezea, nyimbo za bendi zilijenga nafasi ya umma ambapo mitagusano mbadala ya mamlaka na haki za kijamii zingezungumziwa, takriban nyimbo zote zilitoa uhakiki wa mahusiano pamoja na mapendekezo ya kuuimarisha.

Nyimbo za Siti zilikuwa maarufu zaidi si kwa sababu tu zilihusu kuwazindua watu wa enzi hiyo bali pia ziliwapa maliwazo. Hadhira iliyokuwa inazisikiliza nyimbo hizi, ilipata hakikisho kuwa shida walizokumbana nazo hakizuwa zao pekee, kwamba umaskini wao haukutokana na kutofaulu kwa mtu binafsi, lakini ulitokana na hali fulani ya matatizo ya kiuchumi katika jamii. Fauka ya hayo, nyimbo kama "Kijiti" ambao ulikuwa na uwezo wa kuwaliza watu, ulichangia kuleta mtulizo fulani wa hisia, na kuanzisha mchakato mchungu wa uponaji wa mtu binafsi na jamii kwa jumla. Ingawa sauti na tungo za muziki wao zilikuwa aghalabu za huzuni, bendi ilitumia natiki kuzifanyia kejeli, pamoja na tabia za wenye ufidhuli ili kuifanya toni ya uwasilishaji iwe nyepesi. Kumuiga hakimu aliyeapa akisema "wajinga ujingani" au mawakili wanaozipandisha suruali zao kwenye tumbo zilizodhihiri nje, hakukuyaondoa makusudio muhimu ya nyimbo hizo, lakini kuliruhusu kuwepo kwa muda mfupi wa vichekesho wakati wa mawasilisho.

Vicheko vya marafiki waliokuwepo wakati wa mawasilisho ya jioni viliruhusu hadhira kusahau kwa muda mchache yale yaliyowajalisha na kujenga upya ujasiri waliouhitaji ili kuendelea. Ingawa kulikuwepo na hali fulani za jamii ya Zanzibar ambazo zingeimarishwa, wanabendi na hadhira waliendelea kuwakumbusha kila mmoja haja ya kufurahia mambo mengi katika maisha – pamoja na mazoezi yaliyofanywa nyumbani kwa Siti na mawasiliano ya bure ya kimuziki yaliyotokea kila wiki Ng'ambo.

Tanbihi

[1] Bendi ilirekodi na Kampuni ya Gramafoni, the Asian and African arm of His Master's Voice. EMI 'Review of the Present Vernacular Record Trade', muswada ambao haukukuchapishwa,niligaiwa na Werner Graebner. Pia angalia Werner Graebner, 'The Interaction of Swahili Taarab Music and the Recording Industry: a historical perspective,' in *African Media Cultures: Transdiciplinary Perspectives* (ed.) Rose Marie Beck, 2004; Paul Vernon, Feast of East, *Folk Roots* (1995); 26-28.

[22] Fatma Alloo, 'Umuhimu wa Kuwa na Gazeti la Wanawake Nchini, Sauti ya Siti, 1. Machi 1 1988: 1.

[3] Issa Mgana, *Jukwaa la Taarab Zanzibar* (Helsinki: MediaAfrica, 1991), 35; Shaaban Robert, *Wasifu wa Siti binti Saad* (Dar es Salaam: Mkuki na Nyota, 1991) 2. Kama ilivyo katika historia, maelezo ya ndani ya maisha ya Siti hayako wazi. Shaaban Robert alikuwa mwenziwe Siti wa siku hizo, na alikutana naye (Siti) akiwa hai. Issa Mgana alimhoji mjukuu wa Siti, Mohammed Omar, na kulingana na machimbuko haya, Siti alizaliwa Fumba katika miaka ya 1880. Nasra Mohammed Hilal, ambaye pia alitumia miaka mingi kutafiti kuhusu maisha ya Siti na muziki wake, anadai kwamba alizaliwa Kidutani katika miaka ya 1870. Kwa kuwa Shaaban alikuwa rafikiye wa wakati huo na Mohammed Omar mjukuu wake, na kwa wengine wengi ambao wameandika au kunizungumzia kumhusu Siti kwamba kuzaliwa kwake kunatoka Fumba, sasa nimeamua kuwataja, ingawa kwa malengo yangu, mahali na tarehe kamili ya kuzaliwa kwake si muhimu sana.

[4] Kama vile Saiyid Abdulla bin Ali (1720-1820), mwandishi wa *Utendi wa Inkishafi*, Mwanakupona, maandishi wa *Utendi wa Mwanakupona*, Muyaka bin Haji (1776-1840), na saiyid Mansab (Kifo 1922), mwandishi wa *Maulid Barzanji*, kwa wengi kuhusu waandishi hawa tafadhali tazama Mohammed bin Abdul aziyz, *Muyaka: Nineteenth Century Swahili Poetry* (Nairobi: Kenya Literature Bureau); Ann Biersteker, Language Poetry and Power: A Reconsideration of 'Utendi wa mwana Kupona', katika Kenneth Harrow (mh), *Faces of Islam in African Literature* (Portsmouth, NH: Heinemann, 1991), 59-78; Ibrahim Noor Shariff, *Tungo Zetu* (Trenton, NJ: Red Sea Press, 1988).

[5] Richard F. Burton, *Zanzibar: City, Island and Coast*, juzuu mbili (London: Tinsley Brothers, 1872), 1: 368-72; Charles Guillain *Documents Sur; 'Historire, la Geographie et le Commerce de l'Afrique Oriental* juzuu 3 (Paris; Libraries del la Societe de Geographie, 1856) 2:80; James Christie, *Cholear Epidemics in East Africa* (London: MacMillan, 1876); Joseph Osgood, *Notes of Travel: Recollections of Majunga, Zanziar, Muscat, Aden, Mocha and Other Eastern Ports* (1854; Kilichapishwa upya, Freeport, NY: Books for Libraries Press, 1982), 35.

⁶ Abdul Sheriff, Slaves, Spices and Ivory in Zanzibar (London: James Carrey, 1987), 60, 228-31.

⁷ Kadirio hili lilifanywa 1895 na Sir Lloyd Mathews, waziri wa kwanza kwa Sultan kwa Zanzibar. Ripoti ya Sir Lloyd Mathews, inayotajwa katika *Report of the Commission on Agriculture* (Zanzibar: Zanzibar Government Printing Office, 1923), 38.

⁸ Zanzibar National Archives (ZNA) AB 4/38: Clove Labor, 1898-1926, JP Farler, Notes on Labor in Pemba, 1898.

⁹ JP Farler, 'Notes on Labor in Pemba, 1898,' AB 4/38: Clove Labour, 1898-1926.

¹⁰ Robert Kuczynski; *Demographic Survey of the British Colonial Empire*, juzuu 2 (London: Oxford University Press, 1949) 2: 651-52.

¹¹ Muhammed Seif Khatib, *Taarab Zanzibar* (Dar es Salaam: Tanzanian Publishing House, 1992) 17; Issa Mgana, *Jukwaa la Taarab Zanzibar* (Helsinki: Mradi wa Medafrica, 1991), 42-45; Shaaban Robert, *Siti binti Saad*, 29-32; Nasra Mohammed Hilal, *Siti binti Saad* (Dar es Salaam: Tanzania Media Women's Association, 1990) video cassette.

¹² Emily Ruete (Syyida Salme), *Memoires of An Arab Princess from Zanzibar*, 1888. Toleo linguine, New York: Markus Weiner, 1989, 10, 41-45, 80-82, 111-12; ZNA HC 3/549: Noor binti Ali v. Ali binti Omor; ZNA HC 3/335: Fatma binti Mohammed v. Shariff Mohammed; HC 3/3/9 Jena binti Manji v. Hassam Al-ibhai; HC 3/840: Fatma na Marriam Bakheresa v. Hemed bin Said; HC 8/60: Shariffa binti Barghash v. Serikali; HC 8/100: Tufaha binti Nusura v. Azan bin Suleiman; HC 8/86: Mgeni binti Salim v. Seif bin Mohamed.

¹³ Major FB Pearce, *Zanzibar: The Island Metropolis of Eastern Africa* (London: TF Unwin, 1920) 262-69; Ruete, *Memoires*, 223-48.

¹⁴ Mwalim Idd Farhan, History of Taarab Music in Zanzibar, mawasilisho katika Kongamano la Kimataifa kuhusu historia ya Mji wa Mawe, Desemba 1992; miswada ya Sheib Abeid Barajab, katika umiliki wa Mwalim Idd Farhan; Seif Salim Saleh, 'Historia na Muundo wa Taarab,' *Lugha na Utamaduni 1* (Julai 1988); 9-11 na 2; Khatib, *Taarab zanzibar*, 1-7; Mahojiano na Mwalim Idd Farhan, 24 Septemba 1991; Mahojiano na Mohamed Seif Khatib, Michenzani, 24 Februari 1991). Hildegard Kiel amefanya utafiti kuhusu musiki Misri na taarabu za sehemu kote Uswahilini na amegundua stori ya Barghash na taarab imetiwa chumvi.

¹⁵ Mahojiano na Mwalim Idd Farhan, 24 Septemba 1991; miswada ya Shaib Abeid Barajab.

¹⁶ Miswada ya Shaib Abeid Barajab, ambaye alikuwa mmoja wa waasisi wa Nadi / Khwan Safaa, iliyoundwa 1905.

[17] Rekodi za Kibiashara zilipatikana Misri mapema 1890 na umaarufu wazo ulienea zaidi kufikia mwaka 1910. Kampuni nyingi za kurekodi zilikuwepo kule Misri mwanzoni mwa karne, na kufikia mwa 1910 Kampuni ya Gramofoni pekee ilikuwa imetoa zaidi ya rekodi 1100 za Kimisri. Virginia-Danielson, The Voice of Egypt: Umm Kulthum, Arabic Song and Egyptian Societyin the Twentieth century (Chicago: University of Chicago 1997).

[18] Mapema miaka ya 1860, Rigby alitambua kwamba wengi wa wanachama wa jumuiya ya Waarabu wa Kisiwani hawakutumia tena Kiarabu katika shughuli zao za kila siku. Kufikia 1900, hata Sultani alitumia Kiswahili kama lugha ya kawaida nyumbani kwake. CP Rigby, *Report on the Zanzibar Dominions*. (Bombay: Educational Society Press, 1861), 5; Sir Charles Eliot, *The East African Protectorate* (London: Edward Arnold, 1905), 114; Mahojiano na M.A Ghassany, Vuga, 14 Mei 1992.

[19] Janet Topp Fargion, A History of Taarab Music in Zanzibar: A Process of Africanization, katika David Parkin, Continuity and Autonomy in Swahili Communities (London: School of Oriental and African Studies 1994), 153-65; Kelly Askew, *Performing the Nation: Swahili Musical Performance and the Production of Tanzanian National Culture* (Chicago: Chuo Kikuu cha Chicago, 2002).

[20] Jahadhmy *Waimbaji*, 2-3.

[21] Mijadala kuhusu hali asili au ya kigeno ta taarab ilifufuliwa katika enzi ya baada ya uhuru. Rais Karume (1964-72) alijaribu kuiondoa taarab kwa muda, kwa kile alichodai kwamba ilikuwa na mafungamano na utawala wa kiarabu. Hata hivyo, Karume alishawishiwa haraka na mashabiki wa taarab, waimbaji na wahudumu wa wizara yake mwenyewe na utamaduni aubadilishe msimamo wake. Hadi mapema miaka ya 1990, taarab iliendelea kufafanuliwa kama muziki 'mgeni' kule bara. Tazama Askew, *Performing the Nation*: Topp Fargion, A History of Taarab'. Mahojiano na Machano Mtwana Haji, Kariakoo, Julai 8, 1992; Masoud Mohammed Rashid, Forodhani, Januari 20, 1992; Mwajuma Ali, Shauri Moyo, Aprili 26, 1992.

[22] Msisitizo huu umeshadidia utaalamu wa Kiswahili nchini Kenya kuliko ulivyo Zanzibar, kwa upande fulani, kwa sababu Zanzibar imepata wakaazi wanaozungumza Kiswahili hivi majuzi ambapo wengi wa wakaazi walikuwa wahamiaji. Katika Zanzibar palikuwa na hisia fulani za kihadhi kuliko iliyokuwa kwenye miji ya zamani ya Kiswahili kama Lamu na Mombasa.

[23] David Coplan, *InTownship Tonight: South Africa's Black City Music and Theatre* (New York: Longman, 1985), 232.

[24] Jahadhmy katika Whiteley et al. *Waimbaji wa Juzi*, 61-62.

[25] Batson, *Social Survey*, Juzuu 2a, 10, 11. Alfabeti ya Kirumi ilichukuliwa kutumiwa kirasmi kama hati ya Kiswahili mwaka 1905, lakini wakaazi wengi wa kisiwani waliendelea kutumia hati ya kiarabu kwa miongo iliyofuatia.

[26] Jahadhmy, katika Whiteley et al. *Waimbaji wa Juzi*, 1-7.

[27] Abdul Sheriff Mosques, 'Merchants and Landowners in Zanzibar Stone Town', katika Abdul Sheriff (Mh.) *The History and Conversation of Zanzibar Stone Town* (London: James Currey, 1995), 46-66; Kulingana na Utafiti wa Kijamii wa 1948 katika Zanzibar, asilimia 86 ya waislamu wa kisiwani walikuwa Wasunni. Edward Batson, Social Survey of Zanzibar Protectorate juzuu 21 (Cape Town: Chuo cha Sayansi ya Kijamii na Utawala wa Kijamii, 1960) juzuu ya 3.

[28] Ibid, 67-69.

[29] Unni Wikan, Man Becomes Woman: Transexualist in Oman as a Key to Gender Roles, Man 12, 3 (1977), 304-19. Wikan alitoa maoni haya akirejelea stahamala kwa *Xanith*.

[30] Mahojiano na Suleiman Ali na Chifu Msabila Lugusha,wote hawa walitoka Tabora lakini waliishi Zanzibar katika kipindi hiki,Tabora,Julai 25,1992.Hamza Omar Khatib,Amani,Septemba 2,1992.Leslie,*Survey of DaresSalaam,11-12*.

[31] Shaaban, Siti binti Saad, 1-7; Khatib, *Taarab Zanzibar*, 15-20; Mgana, *Jukwaa*, 34-60; Hilal, *Mfinyanzi*.

[32] Shaaban, Siti binti Saad, 7.

[33] Khatib, Taarab Zanzibar, 15.

[34] Danielson, *The Voice of Egypt*, 128.

[35] Peter Lienhardt, 'The Mosque College of Lamu and its Social Background, Tanganyikan *Notes and Records* 52 (1959): 228-42; Maulid Barzanji kilitungwa na Sayyid Abu Bakr, maarufu kama Sayyid Mansab (1929-1922), kadhi wa Zanzibar chini ya Seyyid Majid (1856-70) na kisha baadaye akawa kadhi wa Lamu. Alitafsiri kazi nyingi za sheria ya kiislamu na teolojia katika lugha ya Kiswahili ili kukidhi elimu haja iliyokuwa inanawiri ya kusoma elimu ya kiislamu. Katika Afrika Mashariki. Godfrey Dale, *The Peoples of Wanzanzibar* (New York: Negro University Press, 1969) 65, 71-72; Lyndon Harries. *Swahili Poetry* (Oxford Unviersity Press, 1962), 102-18.

[36] ZNA AB 39/339: Rules under the Ngoma Regulation Decree.

[37] August Nimtz, Islam and Politics in East Africa: the Suffi Order in Tanzania (Minneapolis: University of Minnesota Press, 1980), 98, 121-30.

[38] Sheik Hashim, Siti's magnetic voice, Sautiya Siti 1 (1988), 3.

[39] Laura Fair, 'Music, Memory and Meaning: The Kiswahili Recordings of Siti binti Saad', *Swahili Forum* (September 1988), 1-16.

[40] Mahojiano na Mohammed Salum, Kizimbani, 26 Juni 1992; Said Mohammed, Mwera, 25 Machi 1992; Fatuma binti Baraka (Bibi Kidude), Kiswandui, 30 Septemba 1991; Mwajuma Ali (Shauri Moyo), 26 Aprili 1992; Amina Aboud, Zizi la Ng'ombe, 13 Janauri 1992; Nasra Mohamed Hilal, 28 Julai 1991 na 14 Julai 1992; Mohamed Seif Khatib, Michenzani, 24 Februari 1991.

[41] Mahojiano na Adija Salum, Bakari, Miembeni, 25 Mei 1992; Fatma binti Baraka, Kiswandui, 30 Septemba 1991, Nasra Mohamed Hilal, Malindi 28 Julai 1991, Said Mohamed, Mwera, 25 Machi 1992; Mwajuma Ali, Shauri Moyo, 26 Aprili 1992; Mwalim Idd Farhan, 24 Septemba 1991 na 23 Desemba 1991; Mohamed Seif Khatib, Michenzoni, 24 Februari 1991.

[42] Mahojiano na Mwalim Idd Farhan,Septemba 24,199:Fatma binti Baraka(Bibi Kidude),Kiswandui,30 Septemba 1991;Nasra Mohammed Hilal,Malindi, Julai 28,1991 na Julai14 1992;Mohammed Seif Khatib,Michenzani Februari 24 1991.

[43] Fatma Alloo, 'Umuhimu wa Kuwa na Gazeti la Wanawake Nchini, *Sauti ya Siti 1*, 1 (1988), 1.

[44] Mahojiano na Adija Salum Bakari, Miembeni, 25 Mei 1992; Fatma binti Baraka, Kiswandui 30 Septemba 1991; Nasra Mohamed Hilal, Malindi, 28 Julai 1991; Said Mohamed, Mwera, 25 Machi 1992; Mwajuma Ali, Shauri Moyo, 26 Aprili 1992.

[45] Garth Andrew Myers, 'The Early History of the 'other side' of Zanzibar Town, katika Abdul Sheriff (Mh.) *The History and Conservation of Zanzibar Stone Town*. (London: James Currey, 1995), 30-45.

[46] Hilal, *Mfinyanzi*, 36-37, *Waimbaji wa Juzi*, 59; Mahojiano na Mohamed Seif Khatib, 24 Februari 1991.

[47] Mwalim Shaaban katika *Waimbaji wa Juzi*, 59.

[48] Fredrick Cooper, *Plantation Slavery on the East African Coast* (Yale: Yale University Press, 1977), 1-6, 213-42. Nyimbo nyingi mwishoni mwa miaka ya 1890 zilikwua na vibwagizo vilivyoadhimisha kushtakiwa kwa Ali bin Abdulla, mmoja wa wamiliki wakubwa wa watumwa huko Pemba, kwa dhuluma dhidi ya watumwa wake na ukatili wa kijumla. Tazama Henry Newman, *Banani: The Transition from Slavery to Freedom in Zanzibar and Pemba* (New York: Negro Universities Press, 1989), 37; Robert Lyne, *An Apostle of Empire: Being the Life of Sir Lloyd William Mathews* (London: George

Allen and Unwin, 1936), 150-57; Vizetelly, *From Cypress to Zanzibar by the Egyptian Delta* (London: Arthur Pearson, 1901), 401.

[49] Laura Fair, *Pastimes and Politics: Culture, Community and Identiry in Post-abolition Urban Zanzibar, 1890-1945*. (Athens, OH: Ohio University Press, 2001), 110-168.

[50] Batson, *Social Survey of Zanzibar*, Vol. 10.

[51] Abdulla Saleh na wengineo kumi na watatu wa Mlandege kwa British Resident, 14 Septemba 1926, ZNA AE 8/10: Land at Mlandege claimed by Gulanhusein Remtulla Hemani; Tuna binti Abdalla v. Said bin Nassar, ZNA HC 8/81; Mgeni binti Salim v. Seif bin Mohamed, ZNA HC 8/86; Maryam binti Dalwash v. Mohamed bin Abbas, ZNA HC 3/2955.

[52] Mahojiano na Said Mohamed, Mwera, 25 Machi 1992.

[53] Susan Hirsch, *Pronouncing and Persevering: Gender and Discourses in an African Islamic Court* (Chicago: University of Chicago Press, 1998), 117-119; Cheryl Walker (Mh.) *Women and Gender in Southern Africa to 1945* (Cape Town: David Phillip, 1990); Martin Chanock, *Law, Custom and Social Order: The Colonial Experience in Malawi and Zambia* (Cambridge: Cambridge University Press, 1985).

[54] Andrade to Clarke, 1912, Katika Seyyid Sherrifa binti Bargash na Seyyida Aliya binti Bargash, 1911-1947, ZNA AB 10/215; Andrade to First Minister, 3 Machi 1913. Na Andrade to Chief Secretary, 4 Aprili 1914, ZNA AB 10/108: Rosuna binti Tamim, Suria wa zamani wa Sultani, 1913-1955; HC 8/86; HC 8/100; HC 8/60; HC 3/2895; AB 30/18.

[55] Hili lilitokea katika koloni zote ya Afrika. Tazama Kristin Mann na Richard Roberts (wah.) *Law in Colonial Africa* (London: James Currey, 1991; Margaret Jean Hay na Marcia Wright (wah.) *African Women and the Law: Historical Perspectives*; Jean Davidson (mh.) *Agriculture, Women and Land* (Boulder; Westview Press 1988).

[56] ZNA HD 6/55: Wakf wa Seyyid Hamoud bin Ahmed, 1915-59. Nukuu kutoka kwa barua ya Copland ikimwendea *British Resident*, 23 Machi 1918.

[57] Faili nyinginezo katika nyaraka ya wakfu wa Familia ni HD 6/154: Wakf wa Seyyida Khole binti Hamoud pale Bungi; HD 5/60: Wakf wa Seyyida Jokha binti Hamoud bin Ahmed; HD 5/76: Wakf wa Seyyid Hamoud bin Ahmed; HD 6/60: Wakf wa Seyyid Hamoud bin Ahmed.

[58] Khalfan, Salima, Shamsa, na Saada, watoto wa Said bin Salim el-Barwani v. Khalfani bin Mohamed el-Barwani, 1913, HC 8/83; Shariffa binti Hamed v. Farhan Babe Panya, 1913, HC 8/85; Mgeni binti Salim bin Abdulla el-Marhubi v. Seif bin Mohamed bin

Abdulla el-Marhubi, 1913, HC 8/86; Khole binti Hamoud el-Busaidi, mlezi wa watoto wa Seif bin Hamoud v. Issa bin Mossa, 1916, HC 8/108; Rehema binti Mohamed bin Rashid el-Shaksia v. Nassor bin Salem bin Nassor el-Balshi, 1921, HC 3/123; Fatumbai Issa v. Murji Khoja, 1930, 3/2915; Bibiye binti Salem v. Khalfan bin Hassan, 1918, HC 3/73; Shinuna v. Wakf Commission, number 48 ya 1934, Zanzibar Law Reports, 1935-1938.

[59] Bryne to Cunliffe-Lister, 9 Julai 1934, Colonial Office 533/422/23030/452 na Kenya Colony and Protecrorate, Native Affairs Department Annual Report (1934) kama inavyotajwa katika Karim Janmohamed, A History of Mombasa, c 1895-1939: Some Aspects of Economic and Social Life in an East African Port Town during Colonial Rule," Tasnifu ya PhD, Northwestern University, 1977), 231.

[60] HC 8/86; HC 8/60; HC 3/2895; AB 30/18: Zanzibar Native Divorce Decree, 1915-52.

[61] Mgeni binti Salim bin Abdulla el-Marhubia v. Seif bin Mohammed bin Abdulla el-Marhubi, 1913, HC 8/86.

[62] Mgeni binti Salim bin Abdulla el-Marhubia v. Seif bin Mohammed bin Abdulla el-Marhubi, 1913, HC 8/86.

[63] Tazama pia Margaret Strobel, *Muslim Women of Mombasa 1890-1975* (New Haven: Yale University Press, 1979), 54-64.

[64] Randall Pouwels anadokeza kuwa hongo iliyopewa Mahakimu wa kiislamu yalikuwa malalamishi ya kawaida katika visiwa kuanzia karne ya kumi na tisa. Randall Pouwels, *Horn and Crescent: Cultural Change and Traditional Islam on the East African Coast, 800-1900* (Cambridge: Cambridge University Press, 1987), 176, 180.

[65] Mwalim Shaab katika *Waimbaji wa Juzi*, 41.

[66] Ibid, 30, 67, 72, 102; Shaabani, *Siti binti Saad*, 17, 26-27; Khatib, *Taarab Zanzibar*, 20.

[67] Mahojiano na Mwajuma Ali, 26 Aprili 1992; Fatma binti Baraka, 15 Septemba 1991; Mwalim Shaaban katika *Waimbaji wa Juzi*, 102.

[68] Jennifer Cole na Lynn Thomas (wah.), *Love in Africa* (Chicago: University of Chicago Press, 2009).

[69] Mahojiano na Mwajuma Ali, Shauri Moyo, 28 Aprili 1992.

[70] Sheriffa binti Hamed v. Farhan Babe Panya, 1913, HC 8/85; Abdulaziz Lodhi, *The Institution of Slavery in Zanzibar and Pemba* (Uppsala: Scandanavian Institute of African Studies, 1973), 13.

KIAMBATISHO CHA KWANZA

His Master's Voice
Swahili Records
1929
Black Label

Umeni Khasimu
P13283
Siti Binti Saad

Sehemu ya Kwanza
Umenikhasimu pasi na sababu,
Hunatabasumu na nyingi ghadhabu,
Usinilaumu kuja muhibu.......Umenikhasimu

Muhibbu matata umejitaliza,
Umetia zita usiku wa kiza,
Utakuja juta utapo yawaza......Muhibbu matata.

Sehemu ya Pili
Mahabba ni sumu katili,
Mahabba ni dawa ya kiwiliwili,
Mahabba matamu kwa watu wawili......Mahabba ni sumu

Henyi masahibu kulla wapendao,
Nawapa hakika yenye manufao,
Yalatha mahabba kwa wapendao......Henyi Masahibu

Na Kupa Dalili
P 13284
Siti Binti Saad

Sehemu ya Kwanza
Na kupa dalili hubba inauwa.
Tattu sina hali nawe unajuwa
Muhibbu kubali nipate kupoa. . . . . . .Na kupa dalili.

Kukicha sabahi nalikukuona,
Moyo hufurahi kukwita kwa jina,
Nikitanabahi sikuoni tena. . . . . . .Kukicha sabahi

Sehemu ya Pili
Hayataki ghera wala ushindani.
Hayana mbora wala masikini,
Mahabba ni kurra hayajulikani. . . . . . .Hayataki ghera

Subira ni mali mja kuwanayo,
Asio akili huufasa moyo,
Mwisho hujithilli kwa haya na hayo. . . . . . .Subira ni mali.

Riala Yashami Haisemi Uwongo
P 13285
Siti Binti Saad

Sehemu ya Kwanza
Riale ya shami haisemi uwongo,
Japo tweka juu ya Udongo,
Moyo hufurahi hauna kinyongo. . . . . . .Riale ya Shami

Ewe nyonda nataka suhuba kwako,
Nikiwona moyo hunizidi mwako,
Huwi chanda nami hawa pete yako. . . . . . Ewe nyonda.

Sehemu ya Pili
Mahaba shakawa kuwa mbali,
Mahaba yauwa pasipo ajali,
Mahaba pumua nilishe asaali...... Mahaba shakawa.

Mahaba sahibu yaoa tasiliti,
Mahaba ajabu yamanithibiti,
Mahaba karibu pumua tuketi...... Mahaba sahibu.

Maliki Liwahidi Rabbi Subuhana
Sitti Binti Saad
P 13286

Sehemu ya Kwanza
Maliki Liwahidi Rabi Subuhana
Maliki Limajidi Rabi Maulana.
Enzi Umzidi Wetu Khalfena Nasuru
Mina Llahi Allah Amina,
Adama Llahi Bakaa Zeye Maulana......Maliki Liwahidi

Rabi Muhafithi Enzi Alfaid kwa
Kula Hasid Muungu Ubwa
Amzid Aeshi Ased Mzawa najadi
Nasuru Mina Llaha Unusurike
Allah Amina Adadma Llah Bakaa yeye Maulana......

Sehemu ya Pili
Yailahi Dua iwi Takabali Lichanue
Uwa Lisilo Uithali Mungu akuvue
Bijahi Rasuli Nasuru Mina Llah .
Unusurike Allah Amina
Adama Llah Baka yeye Maulana......Yailahi Dua

Nasuru Mina Llah Shari Aaduwai,
Akuvue jala Shari Shetai,
Uzawa na Jadi Said bin Sultan,
Nasuru Mina Llah Unusurike,
Allah Amina Adama Llah Bakaa yeye Maulana

Hatunzi Makini
P 13287
Maalim Shaban

Sehemu ya Kwanza
Hatunzi makini mwene ndwe hiyo,
Mato hayaoni hana masikio, mwateni jamani,
Mwenzenu wa matayo na huzuni wake moyo,
Masikini mtu huyo baharini huenda mbiyo,
Sasa jabuni kwa ya mpeteo mahabba jamaniyana wayo wayo . . . . . .
Yana wayo wayo.

Nivile hikaa nali ikitirama, mchache tamaandipohasukuma,
Sikunena la hukaa nali kusoma hata siku koma,
Kunyamaa sihishina ni hawaa taathima.
Kuwa yalijacho paa hakina salama ajabu makaa hayako kanyama . .
. . . . Yana wayo wayo.

Sehemu ya Pili
Nakupa shauri naku fahamisha,
Iwapo nizuri laku furahisha uta likhitari,
Njiwa huri areresha usikiri kumrusha,
Jikhasiri kumlisha nauzari kumvesha,
Usifanye arri huba hazijesha awapo khatiri atakukondesha. . . . . .
Yana wayo wayo.

Shauri nzito ulo nieleza nicheche ya moto yaniteketeza.
Sioni nipato nikileto kujikaza,
Ni mfoto kusikiza simtoto wakuiza,
Sina koto zaku soza nime fumba macho ili kutekeza,
Sioni Najuto moyo najiwoza...... Yana wayo wayo.

Sipati
P 13288
Maalim Shaban

Sehemu ya Kwanza
Sipati usono yamenishangaza,
Kikumbuka maneno ulo nieleza,
Yetu maagano huku yati miza...... Huku ya timiza.

Huku ya timiza sababu nambia,
Ulo nieleza sisi nambiya,
Sasa umeiza awu ni tabia...... Hukuyatimiza.

Sehemu ya Pili
Kuma ni tabia yako nikhubiri,
Ni wache udhia katika sadiri,
Lakulitimia siku kukadiri...... Huku ya timiza.

Siku kukadiri khasa jambo hili,
Nalikukariri kwako marra mbili,
Nijibu shauri unipe la kweli
Wa milele hela nipa tabasamu,
Niliwaze tena usini khatibu,
Unipe yangu hirizi wala usini dhulumu......Huku ya timiza.

Sikitiko
P 13289
Maalim Shaban

Sehemu ya Kwanza
Siki tiko la daima na majonzi,
Hamu yako huni paza usingizi,
Mimi wako sijui weye mpenzi......Mpenzi.

Mwana wa halali kwa baba na mama,
Kwa mwenye akili natabiya njema,
Sivibaya kweli mtu kuisema.......Mpenzi.

Sehemu ya Pili
Tekeza miadi sifanye khiana,
Mupenzi taziditutapo omana,
Itakuwa idi tukiridhiana...Mpenzi.

Naomba mesaada upesi jawabu,
Moyo ukipenda hauna tabiou,
Usifanye inda na kunighilibu......Mpenzi

Unguja
P 13290
Maalim Shaaban

Sehemu ya Kwanza
Unguja ni njema daima milele,
Unguja ni njema atakaye aje,
Usinighilibu utani thulumu,
Fanya taratibu nisi kulaumu,
Na uyingi adabu pendo litatimu.....Unguja ni njema

Shuruti adabu ingawa janili,
Hapo utasibu hiyo ni dalili,
Isiwe adhabu mambo ya muhali...... Unguja ni njema.

Sehemu ya Pili
Muhali mpenzi na kuudhiana,
Muhibbu siwezi la kufanya sina,
Siwi na ajizi utakalo nena...... Unguja ni njema.

Fetha na dhahabu mpenzi tayari,
Libasiajabu nguo za hariri,
Moyo utatibu bora kusubiri...... Unguja ni njema.

Moyo Wangu Umeningia Imani
P 13291
Subeti Ambar

Sehemu ya Kwanza
Moyo wangu umeningia imani,
Nambe nini sina kiti mfukoni,
Masikini hana raha duniani...... Masikini hana raha.

Masikini mwanangu Niwanamke.
Baharini nimemuacha yu peke,
Rahamani muakowe aokoke...... Rahamani muokoke.

Sehemu ya Pili
Yailahi mweke mpenzi wangu,
Na mahabba yazidi kwake na kwangu,
Tuwe sawa tuwauthi walimwengu...... Tuwe sawa.

Tunda bivi halitaki kwanguliwa,
Jani kavu (hupokapoka na juwa,)
Mwenye kovu usidhani amepowa...... Mwenye kovu.

Nimezama Kibaharu Cha Mapenzi
P 13292
Subeti Ambar

Sehemu ya Kwanza
Nimezama kibahari cha mapenzi,
Nimekwama kuibuka sikuwezi,
Silawama kufa kwa kittu azizi...... Silawama kufa.

Nimechoka kumuona macho yake,
Sina shaka mahaba ni kazi yake,
Silawama kufa mimi juu yake...... Silawama kufa mimi juu yake.

Sehemu ya Pili
Wakicheka siwabali nawanene.
(Sina shaka yeye ni nambari yane,)
Metosheka sihitajii mwengine...... Matosheka sihitaji.

Nalizinda moyo hakuridhia,
Nikakonda na marathi kuniingia,
Kukupanda ndio kuloni chongea...... Kukupanda ndio kuloni chongea.

Japo Lichukua Halichukuliki
P 13293
Budda Swedi

Sehemu ya Kwanza
Japo lichukua halichukuliki,
Japolipakatika halipakatiki,
Japolisarifu halisarifiki...... Halisarifiki.

Japolichikua ukalitengeza,
Hulizua baa kuja kukutesa,
Jakazi tamaa kheri kuliiza...... kheri kuliiza.

Sehemu ya Pili
Ukhutina Wallahi sitoridhika,
Buddi sina ukinitoa tatoka,
Sijaona mahabba kusubirika....Kusubirika.

Moyo wangu una ningia huzuni,
Nambe nini sina Fitu mkononi,
Masikini hana raha duniani.....Duniani.

Ufakiri Jambo Zito
P 13294
Budda Swedi

Sehemu ya Kwanza
Ufakiri jambo zito aloumba kahari,
Mkubwa huwa mtoto na rijali huwa thori.
Usemalo kama ndoto humo katika shauri........Katika shauri.

Hainama hainukakait haitasawari,
Nduguzo hukufukuza wakakufanya atari,
Kakiri hana salama jema humfika shari......Humfikashari.

Sehemu ya Pili
Peleka sahiba nikupe khabari,
Uwe na adabu usiaekabari,
Kana uzahibu nami ni tayari......Nami ni tayari.

Kama utayari sema taratibu,
Kweli ni vioaya hua ni aibu,
Sikutakabari walini haribu......wali ni haribu.

Next Releases
1929 Black Label

Siyahaw Yangu Mahaba Yathatti
P 13309
Sitti Binti Saad

Sehemu ya Kwanza
Siyahaw yangu mahaba ya thatti,
Zakituo mema yasotafauti,
Kwa pumbao kutulizana katiti...... Siyahaw.

Tangu kwanza name nilikukwambia,
Zako Nyonda Ukazidi kunitia,
Kukupenda ndiko kulonichongea...... Tangu kwanza.

Sehemu ya Pili
Wamurua wafathili na hisani,
Imekua hatta salamu sioni,
Nakujua wapenda mtu machoni...... Wamurua.

Lahawla umeingiya laitani,
Asubuhi niingilize moyoni,
Kusubiri siwezi tena jamani...... Lahwala.

Sikuwapo Kichungu
P 13310
Sitti Binti Saad

Sehemu ya Kwanza
Sikuwapo kichungu kinateketea,
Haja mbio hawahi kukichochea,
Hakumbuka mahabba na mazowaya...... Sikuwapo

Kiutungu kungolewa jino zima,
Wale watu wapita wakinisema,
Mola wangu hunionea huruma...... Kiutungu.

Sehemu ya Pili
Waanasa uijuwayo tabia,
Lamakosa sithubutu kukwambia,
Nnawanza kwako raha ya dunia...... Waanasa.

Nalithani thana nilothani sio,
Mimi mote sinapoto kisingizio.
Maskini nalia na wangu moyo...... Nalithani.

Umenikohoza
P 13311
Sitti Binti Saad

Sehemu ya Kwanza
Umenikohoza, kohoo la huba,
Umenitaabisha, wallahi sihaba,
Maradhi yakisha, hayataki tiba...... Umenikohoza.

Sahibu mwekevu, kheri umwepuke,
Nacheleya kovu, isipaparike,
Nikheri ziovu, kama zema zake...... Sahibu mwekevu.

Sehemu ya Pili
Mpenzi hariri usifanye hila,
Mwenyewe sitaki kutuwa mahala,
Kimeshinda kissa cha Elf Lella...... Mapenzi hariri.

Kathi tafadhali, tuhukumu haki,
Daima silali, wallahi sadiki,
Yamenikatii mahaba ashiki...... Kathi tafadhali.

Nimedhaafika Hatta Sina Hali
P 13312
Sitti Binti Saad

Sehemu ya Kwanza
Nimedhaafika hatta sina hali,
Nimeshighulika usiku silali,
Hima nidiriki mwana wa halali...... Mwama wa halali.

Mwana wa halali huwa ni karimu,
Japo hana mali huwa mahshumu,
Hawi idhlali naisha daima...... Maisha daima.

Sehemu ya Pili
Mwana wa haramu huwa illa yake,
Ijape nwalimu nabayana zake,
Ukiwafahamu sahibu umwepuke...... Umwepuke.

Hubba ina joto yaunguza sana,
Usiku silali isingizi sina,
Nakana si ndote nisinge kuona...... Nisinge kuona.

Subira
P 13313
Maalim Shaban

Sehemu ya Kwanza
Subira tangoja uni wasiliye,
Kama ipo hoja fika unambiye,
Tuta kidhi haja ya mimi na wewe...... ya mimi na wewe.

Alifu na wanda kwa yako kalmia,
Usiulaumu moyo wa kutaka,
Rabbi ni rehemu nime salitika.

Sihojha uzuri na sura jamali,
Kuwa mtukufu na jadi kubeli,
Khasara ya mtu kokosa akili

Sehemu ya Pili
Be Brahimu niletee lika,
Niondoshe hamu moyo una shaka,
Yangu yaki timu utafurahika...... Ya mimi na wewe.

Te takadiri mja hutendani,
Nami nasubiri kwake manani,
Ilahi kadiri wa kuni awuni...... Ya mimi na wewe.

Thabiti
P 13314
Maalim Shaban

Sehemu ya Kwanza
Thabiti usemalo ilo kamilika,
Usi ulaumu moyo wa kutaka,
Ela wacha inda uje kwa haraka...... Uje kwa haraka.

Jini wajibu kwanza nyonda pia,
Wala siaibu simambo mapia,
Tuwa mahabuba mahaba balia...... Uje kwa haraka.

Sehemu ya Pili
Khe tahfifu usiwe shirika,
Tena maarufu usiyo na shaka,
Usambe nasifu nine salitika...... Uje kwa haraka.

Dali ya wadudi mahaba yadumu,
Unipe suudi ilahi karimu,
Yangu makusudi leo yana timu...... Uje kwa haraka.

Lakaitu
P 13315
Maalim Shaban

Sehemu ya Kwanza
Lakaitu u nas bi aydihim majogoo,
Wahum yaksidunahum fi tahti shajarati mzambaraoo

Wayaslikuna ithnayni wayarbutu kukuwao,
Wahunm barazataini bilwasti uga wao,
Waidha tabaata hum hata uko nikenda nao.

Sehemu ya Pili
Fahayya rubinda daka umeme tuyeshe maneno yao,
Wasallamtu salam vijana hao,
Wallahi billahi sijaona mfano wao,
Faidha rajaatu fastaidh billahi mina shaytani, hiyo kamari yao.

Nashauri
P 13316
Maalim Shaban

Sehemu ya Kwanza
Nashauri penda ulishike langu,
Tafakuri uwa juwe walimwengu,
Siwazuri hawapendi uwe wangu...... Uwe wangu.

Unipe yangu ya sahi ewe mwana wa halali,
Kwani nipate furahi nafsi yangu kweli,
Hakki uhipe ya sahi nifikiri pendo hili...... Uwe wangu.

Sehemu ya Pili
Sina ngoa naku hadawa siraki,
Sihadae mwerevu sihadaiki,
Pambanua viwili havi pendeki...... Uwe wangu.

Sina ngoa nimekipata kizuri,
Billa dowa wa haiba na fakhari.

Nalidhani Jamala Ni Haki Yako
P 13317
Subeti Ambar

Sehemu ya Kwanza
Nalidhani jamala ni haki yako,
Habaini kumbe sio sifa yako,
Aaaa moyo kwani kupenda kitu sichako...... Aaaa moyo kwani.

Rabbi ninisuru mawe na mashimo
Apitamo nami nimo humo humo,
Aaaa apendae wala hachelei neno...... Aaaa apendae.

Sehemu ya Pili
Nalipenda pendo sikuona tabu,
Mazoweya ndio yananiathibu,
Aaaa ninusuru kulla jambo laibu...... Aaaa ninusuru.

Nalidhani dhana nilodhani sio,
Kwa imani hadi nalokuwa nayo,
Aaaa nnajuta nalia nawangu moyo...... Aaa nnajuta.

Nalijitadidi Siku Mbili Hizi
P 13318
Subeti Ambar

Sehemu ya Kwanza
Nalijitahidi siku mbili hizi,
Kula sikuwezi sina usingizi,
Muhibu karudi nimepata pumuzi......Mubibu karudi.

Nilikisumbuka sibabu ya wewe,
Mwisho hapuruka mithili ya mwewe,
Alio kutwika mwache akutue......Alio kutwika.

Sehemu ya Pili
Maarifa singuvu mambo taratibu,
Ukiyafanya haraka utayaharibu,
Kwa kula marathi kwa wake tabibu......Kwa kula, maradhi.

Nimedodomea bahari ya nyasi,
Nahuku kwelewa kwataka nafasi,
Kwenda na wajinga maneno hayeshi......Kwenda na wajinga.

Niliyameza Matungu
P 13319
Budda Swedi

Sehemu ya Kwanza
Niliyameza matungu siku sihaba,
Wote masahiba zangu tume ya shiba,
Narejea kazi yangu sina mahabba......Sina mahabba.

Nililala nikaota nikagutuka,
Maji yendapo kujaa hutawanyika,
Nyani haoni kundule asingecheka......Asingecheka.

Sehemu ya Pili
Haraka mama haraka imani yakuonea,
Ambwalo sito sumbuka wajibu kuniletea,
Charana yangu nataka au ita kuchongea. . . . . . Ita kuchongea.

Naliweka hawala waraor mwashuhudia,
Nyumbani mwangu talala lipi litalo nijia,
Baba umehangarara charana imepotea.

His Master's Voice
Swahili Releases 1930

Taradhia Ambwalo Latoka
P 13333
Sitti Binti Saad

Sehemu ya Kwanza
Taradhia ambwalo, latoka kwangu,
Lenyi njia, nikuwase ndugu yangu,
Sathnia, nikuonye ulimwengu. . . . . . Ulimwengu.

Asumini zimeghalika mjini,
Kazitunge uzim wage kitandani,
Wako mimi, sijuwi wewe wa nani. . . . . . Wa nani.

Sehemu ya Pili
Ya layli jana, nalishika zamu,
Naliketi hatta saa ikatimu,
Sikuwoni nimpe nani salamu. . . . . . Salamu.

Zinduana uwe wangu muhibak,
Mazowea yanikutisha nashaka,
Utalia mahabba yakizunguka. . . . . . Yakizunguka.

Kala Shairi Wambeja
P 13394
Sitti Binti Saad

Sehemu ya Kwanza
Kala shairi wambeja sikizeni nawambiya,
Nili na wangu useja mzuri wenye hidaya,
Akiji muhibbu humpa katembelea,
Sasa umenipotea roho na useja wangu.

Useja ni maujudi nini nawe kauzimana,
Kutembelea karudi ndie hali ya amana,
Sasa imetoa budi inesihi kutetana,
Hapa tulipo onana hataka useja wangu.

Sehemu ya Pili
Useja ndio hirizi nilio powa zamani,
Kwa zamani zetu hizi kattu hawpatikani,
Shoga umekuwa mwizi atakutia kambani,
Nini nawe shariani hapate useja wangu...... Jawabu.

Yuwapi Tabibu Wamarathi
P 13335
Sitti Binti Saad

Sehemu ya Kwanza
Yuwapi tabibu wamarathi yanania,
Thiri enzi walimwengu mahaba,
Jaraha hayeshi machungu...... Yuwapi tabibu.

Killa nikitibu hayajowi kwani hanena,
Natubu sina samahani,
Yana niathibu mahabba jamani.

Sehemu ya Pili
Enyi walimwengu acheni mayowe,
Huyu ndio wangu sina
Mwengenewe Nimepata fungu
Nacheni nituwe...... Enyi walimwengu.

Enyi masahibu kulla wapendao
Tawapa kakika zenyi manufao
Yalatha mahaba kwa wapendanao.

Chomezo (Nyimbo ya harusi)
P 13336
Sitti Binti Saad

Sehemu ya Kwanza
Akikuwaga mpe rukhsa mwana ana kwao
Asa kwani mwenge enge kama kiyo mume nduguye,
Nikivumbasi sachi harufu, killa nendapo sachi nikivumbasi sachi harufu.

Kivunda iwe mbwake ukuta, pumua kwamba
Mpishe bwana apite bwana ende kwao,
Ende kwa wazee wake wamzalia,

Bwana angile chooni kwa maulidi,
Angile koga marashi uvumba na udi,
Upatu wamaridaii nawingie mbili mbili,

Hamna hamna kombeleza tupewe,
Kofia yako rahani kombeleza tupewe,
Na koti lako rahani kombeleza tupewe,
Bakora yako rahani kombeleza tupewe.

Sehemu ya Pili
Bwana anakula soro, soro kwa manyama nyama,
Jinsi ilivyo pikika soro kwa manyama myama,
Kwa hiliki zote pia, soro kwa manyama nyama,
Bwana anakula soro, soro kwa manyama nyama,

Bwana harusi kijana soro kwa manyama nyama,
Khasa avae fullana soro kwa manyama nyama,
Nasi tukimtazama soro kwa manyama nyama.
Nimeiweka hawala warabu mwashuhuddia,
Nyumbani wangu ta lala lipi litalo nijia, kwa manyama nyama.

Waangani Ndio Ndege
P 13321
Sitti Binti Saad

Sehemu ya Kwanza
Waangani ndio ndege arukao,
Mwenye dini ndio nyoka aumao,
Moyo kwani hupenda akiungao...... Waangani.

Takadiri siwezi kuiepuka,
Tasubiri kula litalo nifika,
Asakheri nayo utafurahika...... Takadiri siwezi.

Sehemu ya Pili
Saa yangu imekatika kamani,
Siwuzi wala siweki rahani,
Nimgkosa nnataka samahani..... Saa yangu.

Zalaili jana nalishika zamu,
Nikaketi hatta saa zikatimu,
Sikuoni nimpe nani salamu...... Zalaili Jana.

Moyo Wagu Imeniingia Imami
P 13322
Sitti Binti Saad

Sehemu ya Kwanza
Moyo wangu, umeniingia imani,
Nimpe nini, sina kitu mkononi,
Masikini hana raha duniani...... Moyo wangu.

Masikini baba na mama file,
Husadiki madhiara, yale pale,
Wahuruma nibembeleze nilale...... Masikini baba.

Sehemu ya Pili
Umeiza kwa utiriri na kunikataa sana,
Kill jambo la jeuri, hulifanya nikaona,
Napapo nimekhiyari, nakupenda sitokana...... Umeiza.

Na imani nyingi zimeshishiyao,
Kwa huzuni, sipati tena pumbao,
Tasubiri kula mja apendao...... Na imani

Awali Nawanza
P 13337
Maalim Shaaban & Siti binti Saad

Sehemu ya Kwanza
Awali nawanza mimi kutamka,
Nambie aziza nijue hakika,
Unaniumiza nnathalilika...... Awali nawanza.

Tamka mpenzi yalio moyoni,
Sina taksiri la yumkini,
Nimekosa nini sina samahani...... Tamka mpenzi.

Sehemu ya Pili
Thabiti kauli ulio tamka,
Nami sina hali sina pakushika,
Huba tajamali usije nepuka. . . . . . Thabiti kauli.

Janabi mpenzi ulio kithiri,
Moyo umeiza ndani ya sadiri,
Natoka matozi nikikufikiri. . . . . . Janabi mpenzi.

Humbasati
P 13338
Maalim Shaaban & Siti binti Saad

Sehemu ya Kwanza
Humbisati huwenenda ikarejea,
Usingizi siupati wa saa moja,
Huwatibui huwati ukarejea. . . . . . Ukarejea.

Ukitarajia hubba yenye asahi,
Usiwe na madharuba huto niwahi,
Yaendeleze mahabba yawe maliki. . . . . . Yawe maliki.

Sehemu ya Pili
Tabasamu ili mbali huizengea,
Hamu nakucha mbali huteketea,
Itiram yenye dhilla sitoridhia. . . . . . Sitoridhia.

Nililala umumato hunena sio,
Madhambi yenye majuto hutenda mayo,
Mimi mato sino pato kisingizio. . . . . . .Kisingizio.

Bahari Ya Mapenzi Sina Usingizi
P 13339
Maalim Shaban

Sehemu ya Kwanza
Bahari ya mapenzi sina usingizi,
Kwa hamu na ghamu yuwapi azizi,
Yuwapi azizi anitie damu.

Anitie damu naku nipumbaza,
Na kissa adhimu moyo huwaza,
Una nidhulumu siti na kueleza.

Siti nakueleza kwa haya na hayo.
Una niumiza na nangu moyo,
Rabbi Mola muweza kupenda hiayo.

Sehemu ya Pili
Kupenda hiyao nimesalitika,
Sina kituo nimeshughulika,
Kwani wangu moyo unasikitika.

Yana sikitika kwa mapenzi haya,
Niki kukumbuka daima huliya,
Kama hukufika nitakuwasilia.

Nafusi azizi imeshughulika,
Matozi ya damu yana mwaika,
Huzidi majonzi nika kukumbuka.

Mahaba Na Mazoweya Yana Majonzi
P13340
Maalim Shaban

Sehemu ya Kwanza
Mahaba na mazoweya yana majonzi,
Mahaba ukiyangalia yanasimanzi,
Kuyalaumu mahaba ashiki kazi...... Kuyalaumu mahaba.

Kafa niwakumbukao sikama wewe,
Hujilia pumbao nikiwa nawe,
Nikutendeje mwenzangu nimbali nawe...... Nikutendeje.

Sehemu ya Pili
Jamii mnao penda nikhubirini,
Lipi mtu atatenda likamkini,
Nimeziandama nyonda zisiyo imani...... Nimeziandama.

Yakini mwenye kupenda hatamakani,
Ila moyo kuushinda ukaukhini,
Nikura kupata nyonda zenye imani...... Nikura kupata

Nimeapa Simpendi Mtu Tena
P 13341
Maalim Shaban

Sehemu ya Kwanza
Nimeapa simpendi mtu tena,
Niadhabu hadi nalio iyona,
Manusura roho yangu kuitema...... Manusura roho.

Hai hati ulimwengu tata,
Hai hati hayamabo kunipata.
Sitti kanipiga kisi wala hajanipakata...... Sitii kanipiga

Sehemu ya Pili
Nimeiweka hawala warabu mwashuhudia,
Nyumbani wangu ta lala lipi litalo nijia,
Baba lime hangarara charana imepotea...... Baba lime.

Ulipo weka hawala mimi sikushuhudia
Nyumbani mwako walala juwa leo takujia,
Itakuwa patashika kwa charana kupotea...... Itakuwa.

Nipende Kwa Haki Au Nikatee
P 13342
Maalim Shaban

Sehemu ya Kwanza
Nipende kwa haki au nikatae,
Usinidhihaki lakweli nambie,
Kama hunitaki nitangulie...... Kama hunitaki nitangulie.

Sileti khiyari japo sema nini,
Pembe za sadiri mawili rumani,
Palo niathiri hapataji liani...... Palo niathiri.

Sehemu ya Pili
Kichwa chaniuma nipake patasi,
Kwma hunitaki kheri jwe bassi,
Uzinzi kamari afutae bassi...... Uzinzi kamari.

Tangu kusafiri sipati salamu,
Mimi sighairi kwako muadhamu,
Mahabba kwa siri ni mambo adhimu...... Mahabba kwa siri.

Nimweiweka Nadhiri Bado Sajaiondosha
P 13343
Maalim Shaban

Sehemu ya Kwanza
Nimweiweka nadhiri bado sijaiondosha,
Nna mahabba katiti ndio tanihangaisha,
Mtu na mpenzi wake hawakosani maisha...... mtu na mpenzi.

Umeharibu ushoga umevunja maongezi,
Aondokae huoga nijapo hana makazi,
Umenigeuza mboga ukosapo utowezi...... Umenigeuza mboga.

Sehemu ya Pili
Mahabba yana majonzi ukijuwa huyaenzi,
Khasa uwe mbali nae mfariki mpenzi,
Utakhiyari mauti japo kufa nakitanzi,

Mahabba hayana siri yangenisiri namie,
Mahabba yana khatari wala hayo sinambie,
Mahabba nimekubali huna suhuba namie...... Mahabba nimekubali.

Utiriri
P13325
Maalim Shaban

Sehemu ya Kwanza
Utiri nami usirri khatibu,
Sina arri wala usini laumu,
Takasiri imeziye muadhamu...... Muadhamu.

Nafikiri masikini pendo langu,
Nashauri nami jamil wezangu,
Niwa kheri mimi ni mpenzi wangu...... Muadhamu

Sehemu ya Pili
Nime ona wala hayato kuwa,
Wa maana mwenye hadhi na murruwa,
Kimuona nafsi yangu hupowa.......Muadhamu.

Mahabba yana wazimu pindi yanapojushika,
Mahabba huwa sumu khasa yanapo geuka,
Huondokwa na naumu na akili huzunguka......Muadhmu

Udhasha
P 13326
Maalim Shaban

Sehemu ya Kwanza
Udbash-ul-ukel umuonapo akenda,
Mzuri kataka mali u mbole hukujipinda,
Alivo sura jamali sioni wa kumshinda,
Nani ajuwae pendo ka-yahya-l-fuadi.

Akija hutupa shingo ajuwe nakujitinda,
Na yamali ya mringo sauti kama kinda,
Uki mwenga hunesa kama ulinda,
Nani ajuwae pendo kayahya-l-fuadi.

Akiniona huliya nfano kama kinda,
Kadhi mani hushiziya, hintafuna mafunda,
Uso kama kamaria mwezi ambao danda
Nani ajuwae pendo kayahya-l-fuadi

Kidomo kama kasiba kwa shida kupita chanda
Yeye kidogo hushiba wala hadhofu huwanda,
Sihao vinywa mikubwa hawa shibi kama nonda,
Nani ajuwae pendo kayahya-l-fuadi.

Sehemu ya Pili
Sasa nakhofu tembea wapenziwe wa mlinda,
Hassa nimegharimia zangu njia kuziyunda,
Nikae na maridhia kwake nilale kishinda,
Nani ajuwae pendo kayahya-l-fuadi.

Masikini baba na nama wa file,
Husadiki na ziyara yale pale,
Wahueuma nibembeleze nilale,
Nani ajuwae pendo kayahya-l-fuadi.

Tachuna himpa nakhiari va binda,
Tena pekee wala nisifanye inda,
Nitazame mwana nisije kukoada,
Nani ajuwae pendo kayahya-l-fuadi

Tama ni fakiri silijui lakutenda.
Ningempa bangili na blaghi za brinda,
Na libasi mahabba yasije tinda,
Nani ajuwae pendo kayahya-l-fuadi

Ah Ya Lamuni
P13327
Maalim Shaban

Sehemu ya Kwanza
Ah ya lamuni wala hibbi manta,
Ah ya lamuni wala shurbi limanta,
Ah ya lamuni wa habibi fi stantah,
Ala kida dhalamini...... Ala kida dhalamuni.

Ah ya lamuni wala hiboi el kus,
Ah ya lamuni wahabibi fi mas,
Ah ya lamuni wala shurbi el kas,
Al kida dhalamini.... Ala kida dhalumuni.

Sehemu ya Pili
Ah ya lamuni wala hibou-el-haf
Ah ya lamuni wala nawmu-l-af.
Ah ya lamuni Ana wahid bakhaf,
Ala kida dhalamuni...... Ala kida dhalamuni.

Ah ya lamuni wala hibbu-l-bira,
Ah ya lamuni wala habibi fi amira,
Ah ya lamuni Ala kida dhalamini...... Ala kida dhalamuni.

Masikini Kanidaba
P 13328
Maalim Shaban

Sehemu ya Kwanza
Masikini kanidaba mwenye sivuzi za hangu,
Yehifa naridungane kaburi mbili za mbatsa,
Beja hakaa muwade suza hata nja saza.

Sikomea shifuba mabamba suza washile,
Keekee suza mroni nende na hai roho,
Nana ngeho sambeni nge na kokondo na nyonga.

Sehemu ya Pili
Za mru huha nouji biwa.
Kee njema za mwana kazi,
Kali wasi naujibiwa.

Enge si ndabo nifikirio eza ni hunda,
Nwanza likafa landwa nahai wanza nja josaza,
Ndogoo lelo uhamba njema.

Funguwa Fuadi Uiangaliye
P 13329
Subeti bin Ambar

Sehemu ya Kwanza
Funguwa fuadi uingalie,
Taona jadidi huba yangu mie,
Kama hunipendi nakupenda miye. . . . . . Kama hunipendi.

Fanya taratibu uje tuonane,
Nawangu muhibbu tusikilizane,
Hatuna aiyibu tusicheleane. . . . . . Hatuna aiyibu.

Sehemu ya Pili
Mahabba nisumu sumu iyuwayo,
Mahabba wazimu pingu na miugoo,
Mahabba matumu kwa wapendanao. . . . . . Mahabba matamu.

Fanya taratibu alla kulli hali,
Wewe ni tabibu hokosi feeli,
Kwako no karibu siniweke mbali. . . . . . Kwako ni karibu.

Nyaku Bimbi
P 13344
Budda Swedi

Sehemu ya Kwanza
Nyaku bimbi ukimuona mogope,
Akiwapo nono lisikudondoke,
Kawa nge anauma kote kote. . Anauma kote kote.

Japo mjengea nyumba na watumwa wakuringa,
Umnunulie shamba umpunguze kutanga,
Kisongoni hukuramba hukufanya mjinga. . . . . . .Hukufanya mjinga.

Sehemu ya Pili
Sitambae atambae nitungu,
Sambanae nambenu hatta chini ya mvungu,
Asofunzwa na mamae ufunzwa na ulimwengu. . . . . . Ulimwengu.

Sikukuu pili usiate kuja,
Ulijue hali ilio sahiba,
Ziwache shughuli uje marra moja. . . . . .
Uje marra moja.

Usingizi
P 13330
Budda Swedi

Sehemu ya Kwanza
Usingizi kwa fikira sina tena,
Sijimudi mimi nawe kwepukana,
Siku hizi sitocheka sitanena. . . . . . Sitonena.

Waanasa unijuae tabia,
Lamakosa sithubutu kukwambia,
Nanza sasa kwako raha ya dunia. . . . . . Raha ya dunia.

Sehemu ya Pili
Walimwengu kwani hamwishi mayoe,
Yule ndie wangu wala sina mwinginewe,
Nimepata fungu nacheni nitue. . . . . . Nacheni nitue.

Saidana nuru za mato mawili,
Hakuona huingiwa na shughuli,
Hudanganywa muhibbu ulivyo mbali. . . . . Ulivyo mbali.

Hayana Ukomo Kushi Bisha Tumbo
P 13331
Budda Swedi

Sehemu ya Kwanza
Hayana ukomo kushibisha tumbo,
Khassa yawe ladha khatiri ya mambo,
Kukhasimu hubba kwataka vigambo...... Vigambo.

Aitaki ghera wala ushindani,
Hayana ubora wala masikini,
Mahabba ni kurra hayayulikani...... Hayayulikani.

Sehemu ya Pili
Sikasidi yangu kutupa watani,
Nanyi walimwongu mwajua yakini,
Atendalo Muungu haliwezekani...... Haliwezikani.

Enyi manya kanga burre mwajiliza,
Vibwebwe mwafunga na ngoma mwacheza,
Halina uganga pendo likiiza...... Pendo likiiza.

Shi Lang Amaya
P 13332
Budda Swedi

Sehemu ya Kwanza
Generali wetu yuwa sema,
Kwanini kea kutu senganya,
Shilangamayo mayo mwasimbuka...... Mwasimbuka.

Sileti khiari japo sema nini,
Pembe za sadiri mawili rummani,
Paloniathiri hapatajikani....... Hapatajikani.

Sehemu ya Pili
Laili nahari hunena na moyo,
Pili usubiri usifanye payo,
Moyo sifenuri shika upe wapo...... Shika upewapo.

Dezi kanimbia tumbo laniuma,
Lime mwelemea lote lamchoma,
Naomba afia Yarabbi salama...... Yarabbi salama.

KIAMBATISHO CHA PILI

	Wimbo	Msanii	Namba katika Orodha
	Nyimbo Zilizotolewa 1928		
1	Na Wende	Shaban	13201
2	Tamaduni Mwaijua	Shaban	13202
3	NakupaJawabu	Shaban	13203
4	Kala Shair	Shaban	13204
5	Henye Wakhiari	Shaban	13205
6	UkionaInangara	Shaban	13206
7	Salamu HH Sultan of Zanzibar	Mahmoud Husni	13206
8	Moyo Hakika Yamoyo	Shaban	13207
9	Cheka Kauwa	Mbaruk	13208
10	Mwache Asowere	Shaban	13208
11	Mume Wangu	Shaban	13209
12	Hongera la Mwanangu	Shaban	13209
13	Kasida Burda	Shaban	13210
14	Moyo Kupenda	Shaban	13211
15	Mahaba Mahana	Shaban	13212
16	Risala Wanende	Shaban	13213
17	Charire Watoto	Shaban	13214
18	Aliki za siku hizi	Shaban	13214
19	Ni Kweli Ni kweli	Mbaruk	13215
20	Nakhodha	Mbaruk	13215
21	Kasida Burda	Shaban	13270
22	Ayatul Kursi	Shaban	13271
23	Sura ya Qu'ran	Shaban	13271
24	SuratYasin	Shaban	13272
25	Dawa	Shaban	13273

	Wimbo	Msanii	Namba katika Orodha
	Nyimbo Zilizotolewa 1928		
26	Haya Bwana Nakuja	Mbaruk	13274
27	Wacha Utariri	Shaban	13274
28	Nakuwasa	Shaban	13275
29	Pembe	Shaban	13275
30	Salamu HH Sultan of Zanzibar	Mbaruk	13276
31	Nasaba	Shaban	13276
32	Mambo Kumi	Mbaruk	13277
33	Kayaye	Shaban	13278
34	Ndie Mimi	Shaban	13278
35	Tangu uliponiepuka	Shaban	13279
36	Risala Ghaduka	Shaban	13280
37	Maulid Barzanj	Shaban	13282
38	Instrumental		17525
39	Wasaadana Baraka	Siti	13323
40	Unguja Tunao Daima Milele	Siti	13323
41	UmeniKhasimu	Siti	13283
42	Na kupadalili	Siti	13284
43	Riala Yashami Haisemi	Siti	13285
44	Uwongo	Siti	13285
45	Maliki Liwahidi Rabbi	Siti	13286
46	Subuhana	Siti	13286
47	Walikuwana Mwenzio	BuddaSwedi	13320

	Wimbo	Msanii	Namba katika Orodha
	Nyimbo Zilizotolewa 1929		
1	UmeniKhasimu	Siti Binti Saad	P 13283
2	Na Kupa Dalili	Siti Binti Saad	P 13284
3	Riala Yashami Haisemi Uwongo	Siti Binti Saad	P 13285
4	Maliki Liwahidi Rabbi Subuhana	Siti Binti Saad	P 13286
5	Hatunzi Makini	Maalim Shaban	P 13287
6	Sipati	Maalim Shaban	P 13288
7	Sikitiko	Maalim Shaban	P 13289
8	Unguja	Maalim Shaban	P 13290
9	Moyo Wangu Umenin GiaImani	Ambar	P 13291
10	Nimezama Kibaharu Cha Mapenzi	Ambar	P 13292
11	Japo Lichukua Halichukuliki	Budda Swedi	P 13293
12	Ufakiri Jambo Zito	Budda Swedi	P 13294
13	Siyahaw Yangu Mahabaya Thatti	Siti Binti Saad	P 13309
14	Sikuwapo Kichungu	Siti Binti Saad	P 13310
15	Umenikohoza	Siti Binti Saad	P 13311
16	Nimedhaafika Hatta Sina Hali	Siti Binti Saad	P 13312
17	Subira	Maalim Shaban	P 13313
18	Thabiti	Maalim Shaban	P 13314
19	Lakaitu	Maalim Shaban	P 13315
20	Nashauri	Maalim Shaban	P 13316
21	Nalidhani Jamalani Haki Yako	Ambar	P 13317
22	Nalijitahidi Siku Mbili Hizi	Ambar	P 13318
23	Niliyameza Matngu	Budda Swedi	P 13319
24	Waangani Ndio Ndege	Siti Binti Saad	P 13321
25	Moyo Wagu UmeniingiaImami	Siti Binti Saad	P 13322

	Wimbo	Msanii	Namba katika Orodha
	Nyimbo Zilizotolewa 1929		
26	Utiriri	Maalim Shaban	P 13325
27	Udhash	Maalim Shaban	P 13326
28	Ah Ya Lamuni	Maalim Shaban	P 13327
29	Masikini Kandidaba	Maalim Shaban	P 13328
30	Funguwa Fuadi Uingaliye	Ambar	P 13329
31	Usingizi	Budda Swedi	P 13330
32	Hayana Ukomo Kushi Bisha Tumbo	Budda Swedi	P 13331
33	Shi Lang Amaya	Budda Swedi	P 13332

	Wimbo	Msanii	Namba katika Orodha
	Nyimbo Zilizotolewa 1930		
1	Taradhia Ambwalo Latoka	Siti Binti Saad	P 13333
2	Kala Shairi Wambeja	Siti Binti Saad	P 13334
3	Yuwapi Tabibu Wamarathi	Siti Binti Saad	P 13335
4	Chomezo	Siti Binti Saad	P 13336
5	Awali Nawanza	Shaaban & Saad	P 13337
6	Humbasati	Shaaban & Saad	P 13338
7	Bahariya Mapenzi Sina Usingizi	Maalim Shaban	P 13339
8	Mahaba Na Mazoweya Yana Majonzi	Maalim Shaban	P 13340
9	Nimeapa Simpendi Mtu Tena	Maalim Shaban	P 13341
10	Nipende Kwa Haki Au Nikatee	Maalim Shaban	P 13342
11	Nimeiweka Nadhiri Bado Sajaiondosha	Maalim Shaban	P 13343
12	Nyaku Bimbi	Budda Swedi	P 13344

www.ingramcontent.com/pod-product-compliance
Lightning Source LLC
Chambersburg PA
CBHW020619300426
44113CB00007B/708